ஆத்திச்சூடி

பன்முக பண்பாட்டுப் பார்வையில்
ஓர் அறிமுகம்

ஆத்திச்சூடி

பன்முக பண்பாட்டுப் பார்வையில் ஓர் அறிமுகம்

ஆனந்த் அமலதாஸ் சே.ச

(ஓவியர் எஸ். ஜெயராஜ் துணையுடன்)

ஆத்திச்சூடி: பன்முக பண்பாட்டுப் பார்வையில் ஓர் அறிமுகம்

Aathichudi - Panmuga Panpaattu Paarvaiyil Orr Arimugam

Dr. Anand Amaladass SJ ©

First Edition : February 2022
120 Pages
Printed in India.

ISBN: 978-93-90958-37-5
Kizhakku - 1254

Kizhakku Pathippagam
177/103, First Floor, Ambal's Building, Lloyds Road,
Royapettah, Chennai - 600 014. Ph: +91-44-4200-9603
Email : support@nhm.in I Website : www.nhm.in

 kizhakkupathippagam I kizhakku_nhm

Author's Email: amaladass24@gmail.com

Kizhakku Pathippagam is an imprint of New Horizon Media Private Limited

எனது படிப்புக்கு
முதலிடம் கொடுத்து வளர்த்த என் பெற்றோர்,
திரு. அருளானந்தம், திருமதி குழந்தை தெரசாள்
இருவருக்கும் நன்றியோடு அர்ப்பணம்.

முன்னுரை

ஒளவையாரின் 'ஆத்திச்சூடி' குழந்தைகளுக்குத் தமிழ் எழுத்துகளைப் பயிற்றுவிக்கும் பாடல் வரிசைபோல் அமைந்துள்ளது. அது 109 சொல்லாடல் வரிசை என்றும் சொல்லலாம். அதைப் பயிற்றுவிக்கும்முறையிலும் ஒரு பண்பாடு தெரிகிறது. ஒரு தாய் தன் குழந்தைக்குக் கதை சொன்னாலும் ஒரு கருத்தை முன்வைத்துத்தான் சொல்வாள். அதுபோல தமிழ் எழுத்தை எளிதில் கற்றுக்கொள்ளும் அளவிற்கு உருவாக்கப்பட்ட பாடல்தான் ஆத்திச்சூடி. இதை ஒரு விளையாட்டாகக்கூடக் குழந்தைகள் எண்ணி ஆவலோடு கற்கத் தொடங்கலாம்.

ஆனால் அந்த விளையாட்டோடு இணைந்து ஆழ்ந்த வாழ்வைச் சமன்படுத்தும் கருத்துக்களைச் சொல்லும்முறை ஒரு தனித்தன்மையான திறமை. இதைக் கற்கும் குழந்தை வயதில் இதன் ஆழத்தை அறிய முடியாது. ஆனால், அதைப்பற்றிப் பின்னர் சிந்திக்கும் நாட்களில் அதன் உள்ளார்ந்த பொருளுக்கு விளக்கம் தரும் அளவில் அமைவதுதான் இந்த முயற்சி.

இது ஒரு பல்சமய பண்பாட்டின் பின்னணியில் தொகுக்கப் பட்டுள்ளது. கிறித்தவ, இஸ்லாமிய, பௌத்த மரபுகளின் பார்வையில் இங்கே விளக்க உரையாகப் பதிவாகியுள்ளது. இன்றைய உலகில் வாழும் மக்கள் பல்வேறு மரபுகளில் பிறந்து வளர்ந்திருந்தாலும் நாம் அனைவரும் மனிதர்களாக ஒரு சமூகத்தில் வாழ்கின்றோம். மனிதம் நம்மை ஒன்றிணைக்கிறது. உடலமைப்பில், வெளித்தோற்றத்தில், தோல் நிறத்தில் வேறுபட்டுத் தெரியலாம். நாம் பிறந்து வளர்ந்த சூழ்நிலை பொறுத்து நமது உணர்வுகள், நமது சிந்தனைமுறைகள், உணவு முறைகள் போன்ற விருப்பங்களும் வெறுப்புகளும் மாறுபடலாம். ஆனால் மனித வாழ்வில் நம்மையெல்லாம் உருவாக்கும், வழிநடத்தும், துணை நிற்கும் கோட்பாடுகள் சில பொதுவானவை. அவற்றை உணர்வது நமது கடமை.

அதாவது, வெறுப்பு உணர்ச்சி இல்லாத பொறுப்புணர்ச்சி வேண்டும். அதனால்தான் ஆத்திச்சூடியை மையமாக வைத்து பன்முகப் பார்வையில் விளக்கம் கொடுக்கப்பட்டுள்ளது. இளம் வயதில் தமிழ் எழுத்தைக் கற்கும்போது தமிழ் மரபின் ஆழ்ந்த

பண்பாட்டுச் சிந்தனைகளையும் சேர்த்துக் கற்கவேண்டும். 'பிறப்பொக்கும் எல்லா உயிர்க்கும்', 'யாதும் ஊரே யாவரும் கேளிர்' போன்ற கோட்பாடுகள் தமிழினத்தின் அடையாளம் என்பதைச் சிறுவயதிலே கற்று உள்வாங்க வேண்டும்.

இரண்டாவதாக, தமிழ் மொழி கற்கும்பொழுதே தமிழுக்குத் தொண்டு செய்தோரையும் நினைவு கூறவேண்டும். தமிழ் மரபில் தோன்றிய சிந்தனையாளர்கள், சிறந்த ஆளுமைகள், சீர்திருத்தவாதிகள், தமிழ் மரபைக் காப்பதற்காக போராடியவர்கள் - இவர்கள் பெயர்களையாவது குழந்தை வயதிலேயே கற்க, நினைவில் நிற்கவைக்க வழிவகுக்கவேண்டும். அதற்காக இந்நூலில் ஒவ்வொரு பக்கத்திலும் ஒருவரின் படமும் அறிமுகம் செய்ய முயற்சி எடுக்கப்பட்டுள்ளது.

அத்தோடு தமிழ் மரபுக்கான தனித்த அடையாளங்களையும் அறிந்து கொள்வது முக்கியம். செங்காந்தள், குறிஞ்சி மலர், வன்னிமரம், பனைமரம், கோலமிடுதல், சல்லிக்கட்டு, குயவர் பானை செய்யும் முறை, பலற போன்றவையும் இங்கு இடம் பெறுகின்றன.

மேலும், தமிழ் மரபுக்கு வெளியே காணும் சில சின்னங்களும்கூட இணைக்கப்பட்டுள்ளன. 'யாதும் ஊரே' என்று முழங்கும் தமிழ் மரபு திறந்த உள்ளம் படைத்தது, தொலைநோக்குப் பார்வை கொண்டது. உள்ளார்ந்த கருத்தளவில் உலகையே ஒன்றிணைக்கும் பாலம் நமது தமிழ் பண்பாடு. அதனால்தான் பல்வேறு சமயத் தலைவர்களையும், அவர்கள் மரபில் எழுந்த நூல்களையும் இந்நூல் மேற்கோளாகக் காட்டுகிறது.

ஆனால், விளக்கம் என்ற பெயரில் விரிவுரை ஏதும் முன் வைக்கவில்லை. ஒன்று, சொல்வது சுருக்கமாக இருக்கவேண்டும்; இரண்டு, வாசகர்கள் சிறுவர்களாக இருந்தாலும் அவர்கள் புரிதலின் திறமையை மதித்து, அவர்கள் சொந்த முயற்சிக்கு இடம் கொடுத்துப் பயிற்றுவிக்கும்முறையில் அமைந்த சிறிய முயற்சி இந்நூல்.

ஜனவரி, 2022   ஆனந்த் அமலதாஸ் சே.ச

1

அறம் செய விரும்பு

நீ உன் கடமையைச் செய்ய ஆவல் கொள்.

'அறம் எனப்படுவது யாது எனக்கேட்பின்
மறவாது இது கேள்: மன்னுயிர்க்கெல்லாம்
உண்டியும் உடையும் உறையுளும் அல்லது
கண்டது இல்.' (மணிமேகலை 25, 228-230)

'தம்முடைய மாட்சியாலும் ஆற்றலாலும் கடவுள் நம்மை அழைத்துள்ளார்... ஆகையால் நீங்கள் உங்கள் நம்பிக்கையோடு நற்பண்பும், நற்பண்போடு அறிவும், அறிவோடு தன்னடக்கமும், தன்னடக்கத்தோடு மன உறுதியும், மன உறுதியோடு இறைப்பற்றும், இறைப்பற்றோடு சகோதரா நேயமும், சகோதர நேயத்தோடு அன்பும் கொண்டு விளங்குமாறு முழு ஆர்வத்தோடு முயற்சி செய்யுங்கள்.' (விவிலியம்: 2 பேதுரு 1, 3-8)

'மதிப்புறு நற்செயல் செய்திட நேர்ந்தால்
தொடர்தல் வேண்டும் அதை
அதன் பயனே இணையற்ற இன்பம்
நற்செயல்கூட இன்பம் அதிகரிக்கும்.' (புத்தர் தம்ம பதம் 118)

(திருவள்ளுவர்)

2

ஆறுவது சினம்

கோபம் தணிக்கப்பட வேண்டியதாகும்.

'நீங்கள் உங்கள் காணிக்கையைப் பீடத்தில் செலுத்த வரும்பொழுது உங்கள் சகோதரர் சகோதரிகள் எவருக்கும் உங்கள்மேல் ஏதோ மனத்தாங்கல் உண்டென அங்கே நினைவுற்றால், அங்கேயே பலிபீடத்தின்முன் உங்கள் காணிக்கையை வைத்துவிட்டுப் போய் முதலில் அவரிடம் நல்லுறவு ஏற்படுத்திக்கொள்ளுங்கள். பின்பு வந்து உங்கள் காணிக்கையைச் செலுத்துங்கள்.' (விவிலியம்: மத்தேயு 5, 23-24.)

'சினமுற்றாலும் பாவம் செய்யாதீர்கள். பொழுது சாய்வதற்குள் உங்கள் சினம் தணியட்டும்.' (எபேசியர் 4,26)

'போரிடு
கோபத்தை எதிர்த்து அன்பினால்
தீமையை எதிர்த்து நன்மையால்
பொய்யை எதிர்த்து உண்மையால்.' (தம்ம பதம் 223.)

'கோபத்தில் செலவழித்த எல்லா நேரமும் மகிழ்வோடு இருப்பதற்கு இழந்து போன நேரம்.' (மெக்சிகோ பழமொழி)

(புத்தர் – 560-483 கி.மு)

இயல்வது கரவேல்

**உன்னால் கொடுக்கக்கூடிய பொருளை
யாசிப்பவர்க்கு ஒளிக்காது கொடு.**

'இச்சிறியோருள் ஒருவருக்கு அவர் என் சீடர் என்பதால் ஒரு கிண்ணம் குளிர்ந்த நீராவது கொடுப்பவரும் தம் கைம்மாறு பெறாமல் போகார் என உறுதியாக உங்களுக்குச் சொல்கிறேன்.' (மத். 10, 42.)

'நீங்கள் தானதர்மங்களை வெளிப்படையாகச் செய்தால் அதுவும் நல்லதுதான். அதையே நீங்கள் மறைமுகமாக ஏழைகளுக்குக் கொடுப்பீர்களாயின் அது இன்னும் சிறப்பாகும்.' (குர்ஆன். 2, 271.)

'எப்பொழுதும் நீ கொடுத்துக்கொண்டே இருந்தால், எப்போதும் உன்னிடம் இருந்துகொண்டே இருக்கும்.' (சீன பழமொழி)

'சட்டத்தால் எந்தத் தத்துவமும் மாறாது!
சுட்டாலும் நெஞ்சுரத்தைச் சூடு தவிர்க்காது!
தத்துவத்தின் எச்சரிக்கை சமதருமம் நாடுங்கள்!
சத்தியத்தின் எச்சரிக்கை சரித்திரத்தை மாற்றுங்கள்.'

(கண்ணதாசன்)

(பாரி வள்ளால்)

4

ஈவது விலக்கேல்

ஒருவர் மற்றவர்க்குக் கொடுப்பதை,
வேண்டாமென்று தடுக்காதே.

'எவரும் தன்னலம் நாடக்கூடாது; மாறாகப் பிறர் நலமே நாட
வேண்டும்.' (விவிலியம்: 1 கொரிந்தியர் 10, 24)

'ஏழையை ஏளனம் செய்கிறவர் அவரை உண்டாக்கினவரையே
இகழுகிறார்; பிறருடைய இக்கட்டைப் பார்த்து மகிழ்கிறவர்
தண்டனைக்குத் தப்ப மாட்டார்.' (நீதி மொழிகள் 17, 5)

'மனத்தாழ்மையோடு மற்றவர்களை உங்களிலும் உயர்ந்தவராகக்
கருதுங்கள். நீங்கள் யாவரும் உங்களைச் சார்ந்தவற்றில் அல்ல,
பிறரைச் சார்ந்தவற்றிலேயே அக்கறைகொள்ளவேண்டும்.'
(பிலிப்பியர் 2, 3-4)

'பகிர்ந்துகொண்ட மகிழ்ச்சி இரட்டித்த மகிழ்ச்சி; பகிர்ந்துகொண்ட
துயரம் பாதித் துயரம்.' (சுவீடன் பழமொழி)

'பசியால் திருட்டுவரும்; பகை வளரும்; பொய் விளையும்;
பசியால் உறவினிலும் படுகொலைகள் மெத்தவரும்!
பசியால் புரட்சி வரும்; பாமரர்கள் சேர்ந்தெழுந்தால்
அசையாத மாளிகையும் ஆடிப் பொடிபடுமாம்!' (கண்ணதாசன்)

(அதியமான்)

5

உடையது விளம்பேல்

உன்னிடத்திலுள்ள பொருளை அல்லது இரகசியங்களைப் பிறர் அறியுமாறு சொல்லாதே.

'விவேகமுள்ளோர் தம் அறிவை மறைத்துக்கொள்வர்; மதி கேடரோ தம் மூட எண்ணத்தை விளம்பரப்படுத்துவர்.' (விவிலியம்: நீதி மொழிகள் 12, 23)

'ஒருத்தருக்கும் தெரியக்கூடாது என்று நீ விரும்பினால், அதைச் செய்யாதே.' (சீன பழமொழி)

'சூழ்ச்சியைக் கையாளும்போது உன்னுடைய மன நிலைமையை மறைப்பது உச்சநிலை; அப்பொழுதுதான் மதிநுட்பமான ஒற்றனிடமிருந்தும் அறிவாளிகளிடமிருந்தும் உன்னைக் காப்பாற்றிக்கொள்ள முடியும்.' (ஸூன் ஸூ - போரின் கலை)

'தனக்குத் தெரியும் மன்கிற விடயம்
ஒருவனுக்குத் தெரியாமல் இருப்பது சிறந்தது;
தனக்குத் தெரியாமல் இருக்கும்போது
தனக்குத் தெரியும் என்று ஒருவன் நினைப்பது பெரிய நோய்.
அவனுக்கு இந்த நோய் வெறுத்துப் போனால்தான்
அவன் இந்த நோயிலிருந்து விடுபட முடியும்.'
(தாவோ தே ஜிங் - லாவோட்சு)

(மகாவீரர் – 540-468 கி.மு.)

6

ஊக்கமது கைவிடேல்

எப்போதும் முயற்சியைக் கைவிடக்கூடாது.

'நன்மை செய்வதில் மனம் தளராதிருப்போமாக! நாம் தளர்ச்சி அடையாதிருந்தால், தக்க காலத்தில் அறுவடை செய்வோம்.' (விவிலியம்: கலாத்தியர் 6, 9)

'அறிவுள்ளோர் செய்வர்
வெள்ளத்தில் மூழ்காத தீவொன்றை
கடும் முயற்சியினாலும் தாளாண்மையினாலும்
ஒழுக்கத்தினாலும் கட்டுப்பாட்டாலும்.' (தம்ம பதம் 25)

'தோண்டிக்கொண்டே இரு உனது கிணற்றை.
எங்கேனும் தண்ணீர் இருக்கத்தான் செய்யும்.
தொடர்ந்த சாதகத்திற்கு ஒப்படைத்து விடு உன்னை.
அதற்கு விசுவாசமாக இரு கதவின் நாதாங்கியைப்போல.
தொடர்ந்து தட்டிக்கொண்டே இரு.
உள்ளிருக்கும் ஆனந்தம்
என்றேனும் சாளரத்தைத் திறந்து
எட்டிப் பார்க்கும் எவர் வருகிறார் என.'
                    (ஜலாலுதீன் ரூமி, தாகங்கொண்ட மீனொன்று)

(அம்பேத்கர் - 1891-1956)

7

எண் எழுத்து இகழேல்

கணித, இலக்கண நூல்களைத் தினமும் தவறாமல்
நன்கு கற்க வேண்டும்.

'ஞானத்தையும் நற்பயிற்சியையும் மூடரே அவமதிப்பர்.'
(விவிலியம்: நீதி மொழிகள் 1, 7)

'அறியாமையில் அவமானம் இல்லை; அறிந்துகொள்ள
முயலாமையில்தான் அவமானம் அடங்கியுள்ளது.' (ருஸ்ய
பழமொழி)

'அமைதியாக அமர்ந்திருந்து, ஏதும் பேசாமலேயே இருந்து
விடுவீர்களானால்
இளைய தலைமுறைக்குக் கூறவென எந்தக் கதைகளை விட்டுச்
செல்வீர்கள்?
அனைத்திலிருந்தும் விலகி அடர்கானத்துக்குள் வாழ்ந்தீர்களெனில்
ஞானத்தின் ஒளி எங்கிருந்து ஒளிரும்?
கற்வயலில் களிமண் காளையைக் கொண்டு உழுதீர்களெனில்,
அறுவடை நாளை உங்களால் காணவே முடியாது!'
(ஹான்ஷான், குளிர்மலை 53)

(வேதநாயகம் பிள்ளை – 1826-1889)

8

ஏற்பது இகழ்ச்சி

இரந்து வாழ்வது இழிவானது.
அதனால் யாசிக்கக் கூடாது.

'குழந்தாய், பிச்சையெடுத்து வாழாதே; பிச்சையெடுப்பதிலும் சாவதே மேல். பிறரிடமிருந்து உணவை எதிர்பார்க்கிற மனிதனின் வாழ்க்கையை வாழ்க்கை எனச் சொல்ல முடியாது; பிறருடைய உணவால் ஒருவர் தம் வாழ்வை மாசுபடுத்துகிறார்; அறிவாற்றல் படைத்தோரும் நற்பயிற்சி பெற்றோரும் இதிலிருந்து தங்களைப் பாதுகாத்துக் கொள்வர். பிச்சையெடுத்தல் வெட்கம் இல்லாதவரின் வாயில் இனிக்கும்; ஆனால், அது வயிற்றில் நெருப்பாய்ப் பற்றி எரியும்.' (விவிலியம்: சீராக் 40, 28)

'பிச்சைக்காரன் யாசித்தபடி அலைகிறான்
அவன் என் பார்வையில் படவில்லை
நான் என்ன யாசிப்பது?
நான் கேளாமலே அவன் தருவான்'
கபீர் சொல்கிறான்... 'நானே அவனுடைமை
எது கிடைக்குமோ, அது கிடைக்கும்.'

(கபீர்தாசின் நூறு கவிதைகள் 78)

'இரந்தும் உயிர்வாழ்தல் வேண்டின் பரந்து
கெடுக உலகுஇயற்றி யான்.' (குறள் 1062)

(ஔவையார்)

ஐயம் இட்டு உண்

யாசிப்பவர்கட்கு பிச்சையிட்டுப் பிறகு உண்ண வேண்டும்.

'குழந்தாய், ஏழைகளின் வயிற்றில் அடிக்காதே; கையேந்தி
நிற்போரைக் காத்திருக்க வைக்காதே.
பசித்திருப்போரை வாட்டி வதைக்காதே; வறுமையில்
உழல்வோரை எரிச்சலூட்டாதே.
உன்னிடம் உதவி வேண்டுவோரிடம் இருந்து உன் கண்களைத்
திரும்பிக் கொள்ளாதே.
ஏழைகளுக்குச் செவிசாய்; அவர்களுக்கு அமைதியாக, கனிவோடு
பதில் சொல். (விவிலியம்: சீராக் 4, 1-8)

'இந்த மனித இருப்பு ஒரு விருந்தினர் இல்லம்
ஒவ்வொரு காலையும் ஒரு புது வரவு.
ஓர் ஆனந்தம், சற்று மனச்சோர்வு, சிறிது அற்பத்தனம்
நொடிப்பொழுதேயான விழிப்புணர்வு -
எதிர்பாராத விருந்தாளிகளாக
அவ்வப்போது வந்து செல்லும்.
எல்லாவற்றையும் வரவேற்று விருந்தோம்பு!
உனது வீட்டைத் துப்புரவாக
வெறுமைப்படுத்தும் போதும்,
ஒவ்வொரு விருந்தினரையும் கௌரவமாக நடத்து.
புதியதோர் உவகைக்காக அவை உன்னை
தூசிதட்டித் தயார் படுத்தக்கூடும்...'
(ஜலாலுதீன் ரூமி, தாகங்கொண்ட மீனொன்று)

(அன்னை தெரேசாள் - 1910-1997)

10

ஒப்புரவு ஒழுகு

உலக நடையை அறிந்துகொண்டு,
அத்தோடு பொருந்துமாறு நடந்துகொள்.

'நற்பேறு பெற்றவர் யார்? அவர் பொல்லாரின் சொல்லின்படி நடவாதவர்... ஆனால் அவர் ஆண்டவனின் திருச்சட்டத்தில் மகிழ்ச்சியுறுவர்; அவரது சட்டத்தைப்பற்றி இரவும் பகலும் சிந்திப்பவர்; அவர் நீரோடையோரம் நடப்பட்ட மரம்போல் இருப்பார்; பருவ காலத்தில் கனி தந்து என்றும் பசுமையாய் இருக்கும் அம்மரத்திற்கு ஒப்பாவார்; தாம் செய்வதில் அனைத்திலும் வெற்றி பெருவார்.' (விவிலியம்: திருப்பாடல் 1, 1-3)

'சமுதாய ஏணியில் ஒருவன் எவ்வளவுக்கு எவ்வளவு உயரமாய் நிற்கிறானோ, அவ்வளவுக்கு அவ்வளவு அதிகமான மக்களுடன் அவன் தொடர்பு கொள்ளுகிறான்.' (டால்ஸ்டாய்)

'பொறுமையும் காலமும் என்பவைகளைவிடப் பலமானது வேறு எதுவும் கிடையாது. அந்த இரண்டும் எல்லாக் காரியங்களையும் செய்து முடித்துவிடும்.' (டால்ஸ்டாய் - போரும் அமைதியும்)

(அக்பர் - 1542-1606)

11

ஒதுவது ஒழியேல்

நல்ல நூல்களை எப்பொழுதும் படித்துக்கொண்டிரு.

'சலிக்கவில்லை நீ எனக்கு. என்மீது பரிவுகாட்டிப் பரிவுகாட்டி
நீயும் அலுத்துப்போகாதே...
தாகங்கொண்ட மீனொன்று என்னுள் இருக்கிறது.
ஒருபோதும் கூடவில்லை அதற்கு முழுத்தாகமும் தணிக்க.
கடலுக்கு வழி எது? காட்டுங்கள் அதை எனக்கு!
உடைத்தெறியுங்கள் இச்சிறு குவளைகளை
அளந்து ஊற்றும் வீண் எத்தனங்களை...
கவிதையை முடிக்கும் ஒவ்வொரு தருணத்திலும்
இப்படித்தான் ஆகிறது, மாபெரும் மௌனம் என்மீது கவிகிறது.
வார்த்தைகளைப் பயன்படுத்த
ஏன் எண்ணினேன் என்ற தவிப்பே எஞ்சுகிறது.'
                    (ஜலாலுதீன் ரூமி, தாகங்கொண்ட மீனொன்று)

'இயற்கை நம்மை விடுவித்தாலன்றி நம்மால் ஒருபோதும் சில
கேள்விகளிலிருந்து விடுபட இயலாது.' (காஃப்காவின் நுண்மொழி)

'தேடுதலிலிருந்து நாம் ஓய மாட்டோம்
தேடுதலின் இறுதி என்பது எங்கிருந்து தொடங்கினோமோ
அங்கு வந்து சேர்ந்து அதை முதல்முறையாக
அறிவதுபோல அறிவதுதான்.'
                    (டி.எஸ். எலியட்டின் 'Little Gidding')

(கொன்பூசியஸ் – 551-479 கி.மு.)

12

ஒளவியம் பேசேல்

ஒருவரிடமும் பொறாமை கொண்டு பேசாதே.

'பொறாமை கொண்டோர் தீயோர்; பிறரைப் புறக்கணித்து முகத்தை மறுபக்கம் திருப்பிக் கொள்வர்.' (விவிலியம்: சீராக் 14, 8)

'மக்கள் அவரவர் நம்பிக்கைக்கும்
மகிழ்ச்சிக்கும் கொடுக்கின்றனர்,
மற்றவருக்குக் கொடுப்பது கண்டு
பொறாமை கொள்பவர்
இரவிலும் பகலிலும் அமைதியை
அடைய மாட்டார்கள்.' (தம்ம பதம் 249)

'பொறாமை கொள்ளாதிருக்கும்படி உங்களை எச்சரிக்கிறேன். ஏனெனில், விறகை நெருப்புத் தின்று விடுவதைப்போன்று நற்செயல்களைப் பொறாமை தின்றுவிடும்.' (அபூஹுரைரா (ரழி) நூல்கள்: புகாரி, முஸ்லீம்)

(இரபீந்திரநாத் தாகூர் – 1861–1941)

13

அஃகம் சுருக்கேல்

அதிக இலாபத்துக்காக, தானியங்களைக் குறைத்து அளந்து விற்காதே.

'பொய்யான எடைக் கற்களையும் பொய்யான அளவைகளையும் பயன்படுத்துகிறவரை ஆண்டவர் அருவருக்கின்றார்.' (நீதிமொழிகள் 20,10)

'உங்கள் நாட்டில் நீங்கள் அறுவடை செய்யும்பொழுது உங்கள் வயலோரத்தில் இருப்பதை முற்றிலும் அறுத்து விடாமலும் சிந்திக்கிடக்கும் கதிர்களைப் பொறுக்காமலும் இருங்கள். அவற்றை எளியவருக்கும் அன்னியருக்கும் விட்டுவிடுங்கள். நானே உங்கள் கடவுளாகிய ஆண்டவர்.' (விவிலியம்: லேவியர் 23, 22)

'அளவில் மோசடி செய்வோருக்குக் கேடுதான். அவர்கள் மக்களிடம் அளந்து வாங்கும்போது நிறைவாக வாங்குவார்கள். ஆனால், மற்றவர்களுக்கு அளந்தோ, நிறுத்தோ கொடுக்கும்போது குறைத்து விடுகிறார்கள். ஒரு மகத்தான நாளில் 'அவர்கள் எழுப்பப்படுவார்கள்' என்பதை அவர்கள் எண்ணிப் பார்க்க வில்லையா?' (குர்ஆன் 83, 1-5)

(முகமத் நபி - 571-632)

14

கண்டொன்று சொல்லேல்

கண்ணாற் கண்டதற்கு மாறாகச் சொல்லாதே.

'யாரெல்லாம் உன்னிடம் வதந்தி பேசுகின்றார்களோ அவர்கள் உன்னைப்பற்றியும் திரித்துப் பேசுவார்கள்.' (இஸ்பானிய பழமொழி)

'உயர் வட்டாரத்தில் உள்ள செல்வாக்கு என்பது மூலதனம். அது அதிக நாட்கள் நிலைத்தல் வேண்டும் என்றால், அதைச் செலவிடுவதில் சிக்கனமாய் இருத்தல் வேண்டும்.' (டால்ஸ்டாய் - போரும் அமைதியும்)

'உள்ளதை உள்ளபடி உய்த்துணர்ந்தேன் அக்கணமே
கள்ளமனம் போனஇடம் காணேன் பராபரமே.' (தாயுமானவர்)

'மனநிறைவை அறிந்தவனை ஒருபோதும் அவமானப்படுத்த முடியாது; எனவே, எங்கு நிறுத்திக் கொள்வது என்று அறிந்தவனை ஒருபோதும் அழிக்கமுடியாது; அவன் நெடுங்காலம் நீடிப்பான்.' (தாவோ தே ஜிங் - லாவோட்சு)

(குரு நானக் - 1469-1539)

நப்போல் வளை

கணித, இலக்கண நூல்களைத் தினமும் தவறாமல் நன்கு கற்க வேண்டும்.

'ங' என்னும் எழுத்தைக் கூர்ந்து நோக்கினால், ஒருவர் வளைந்து வணக்கம் சொல்வதுபோல் உள்ளது விளங்கும். அதைப்போல பணிவாக பெரியவர் முன் வளையவேண்டும் என்று ஒளவை உரைத்ததாகவும் எடுத்துக்கொள்ளலாம்.

'முழு மனத்தாழ்மையோடும் கனிவோடும் பொறுமையோடும் ஒருவரை ஒருவர் அன்புடன் தாங்கி, அமைதியுடன் இணைந்து வாழ்ந்து, தூய ஆவி அருளும் ஒருமைப்பாட்டைக் காத்துக்கொள்ள முழு முயற்சி செய்யுங்கள்.' (எபேசியர் 4, 2-3)

'எதிரியின் சூழ்ச்சிக்கேற்ப தன் சூழ்ச்சியை மாற்றி அமைப்பவன் ஒருவனே வானுலகம் மெச்சும் தலைவனாவான். ஐந்து கூறுகள் (நீர், நெருப்பு, மரம், உலோகம், புவி) ஒன்றாக இருப்பதில்லை. நான்கு பருவங்களும் ஒன்றுக்கொன்று வழிவிட்டுச் செல்கின்றன. நீடித்த குறைந்த நாட்களும் உண்டு. சந்திரனில் வளர்பிறையும் தேய்வும் உண்டு.' (ஸூன் ஸூ - போரின் கலை.)

(மறைமலையடிகள் - 1878-1950)

16

சனி நீராடு

சனிக்கிழமை தோறும் எண்ணெய் தேய்த்துக் குளிக்கவும்.

'ஆழி மழைக் கண்ணா!
ஆழிபோல் மின்னி வலம்புரி போல் நின்றெழுந்து...
வாழ உலகினில் பெய்திடாய், நாங்களும்
மார்கழி நீராட மகிழ்ந்தேலோர் எம்பாவாய்.' (திருப்பாவை, 4)

'நீ பிறந்த திருவோணம்
இன்று நீ நீராட வேண்டும் எம்பிரான்!
ஓடாதே வாராய்.' (பெரியாழ்வாரின் பாசுரம்)

'பத்துத் துவரினும் ஐந்து விரையினும்
முப்பத் திருவகை ஓமாலிகையினும்
ஊறிய நன்னீர் உரைத்த நெய்வாசம்
நாறிருங் கூந்தல் நலம் பெற ஆட்டி...'
                    (சிலப்பதிகாரம் - மாதவி குளித்த முறை)

(பட்டுக்கோட்டை கல்யாணசுந்தரம் - 1930-1959)

17

ஞயம்பட உரை

கேட்பவருக்கு இன்பம் உண்டாகும் படி இனிமையாக பேசு.

'இன்சொல் நண்பர் தொகையைப் பெருக்கும்; பண்பான பேச்சு உன் மதிப்பை உயர்த்தும். அனைவருடனும் நட்புடன் பழகு; ஆனால், ஆயிரத்தில் ஒருவரே உனக்கு ஆலோசகராய் இருக்கட்டும். ஆய்ந்து நட்புக்கொள்; நண்பரையும் விரைவில் நம்பி விடாதே.' (விவிலியம்: சீராக் 6, 5-7)

'நூல்கள் பேசுவதில்லை: ஆனால் கற்பிக்கின்றன. மனித இனம் எத்தனையோ அற்புதங்களை நிகழ்த்தியிருக்கிறது. அவற்றுள் மிகப்பெரிய அற்புதம் நூல்களே ஆகும்.' (இரகசிய இலக்கிய படைப்பாளி மாக்சிம் கார்க்கி)

'மிகச்சிறந்த ஆட்சியாளர்கள் -
மக்கள் அவர்களைக் கவனிப்பதில்லை.
சற்றுத் திறமை குறைந்த ஆட்சியாளர்கள் -
மக்கள் அவர்களுடன் நட்புக்கொண்டு பாராட்டுகிறார்கள்;
ஏனென்றால், எங்கே நம்பிக்கை இல்லையோ
அதை நம்பிக்கையால் எதிர்கொள்ள முடியாது.
அப்படியானால், சொற்களுக்குக் கொடுக்கப்பட
வேண்டிய முக்கியத்துவம் எவ்வளவு!'
(தாவோ தே ஜிங் - லாவோட்சு)

(ஆபிரகாம் பண்டிதர் - 1859-1919)

18

இடம்பட வீடு எடேல்

உன் தேவைக்கு மேல் வீட்டைப் பெரிதாகக் கட்டாதே.

'ஆண்டவரே வீட்டைக் கட்டவில்லையெனில், அதைக் கட்டுவோரின் உழைப்பு வீணாகும்; ஆண்டவரே நகரைக் காக்க வில்லையெனில் காவலர்கள் விழித்திருப்பதும் வீணாகும்.'
(திருப்பாடல் 127, 1)

'ஆரக்கால் முப்பதும் சக்கரத்தின் மையத்தில் இருக்கின்றன;
ஆனால், சக்கரத்தின் பயன் அதன் காலிப்பகுதியால் கிடைக்கிறது.
...
வீட்டுச்சுவர்களில் வாயிலுக்காகவும் ஜன்னலுக்காவும்
வெட்ட வெளியை விடுகிறோம்;
ஆனால், வாயிலும் ஜன்னலும்
வெற்றுவெளி என்பதால் பயன்படுகின்றன.
எனவே, ஒரு பக்கம் இருத்தலின் பலன் கிடைக்கிறது!
இன்னொரு பக்கம் இருத்தலின்மையைப்
பயன்படுத்திக்கொள்கிறோம்.'

(தாவோ தே ஜிங் - லாவோட்சு)

(செட்டிநாட்டு வீடு)

19

இணக்கம் அறிந்து இணங்கு

ஒருவரிடம் நட்பு கொள்ளும் முன், அவர் நல்ல குணங்களும், நல்ல செய்கைகளும் கொண்டவரா எனத் தெரிந்த பிறகு அவருடன் நட்பு கொள்ளவும்.

'எங்கே அன்பு ஆட்சி புரிகின்றதோ, அங்கே சாதிக்க முடியாதது ஒன்றுமில்லை.' (இந்திய பழமொழி)

'புகலிடம் தந்த ஊசியிலை மரத்தில்
வரிசையாக அமர்ந்திருக்கும் ஆந்தைகள்
அந்நிய தேசத் தெய்வங்கள் போல்
சிவந்த பார்வையை வீசிக்கொண்டு, ஆழ்ந்த சிந்தனையில்.

கோணலாகச் சாயும் சூரியனைத் தள்ளிக்கொண்டு
இருள் குடி பெயர,
மனச்சோர்வின் மணி அடிக்கும் வரை,
அசையாது வீற்றிருக்கும்.

அவற்றின் தோற்றம் ஞானிக்குக் கற்பிக்கிறது ஒரு பாடம்
இவ்வுலகில் சத்தமின்றி அசைவின்றி இருத்தல் வேண்டும்;
கடந்து செல்லும் ஒரு நிழலைக் கண்டு மயங்கியவனோ
எப்போதும் சுமப்பான்
இடம் மாற விரும்பிய குற்றத்தின் தண்டனையை.'
(ஷார்ல் போத்லெர் - தீமையின் மலர்கள்)

(தேவநேய பாவாணர் - 1902-1981)

20

தந்தை தாய்ப் பேண

உன் தந்தையையும் தாயையும் அவர்களுடைய முதுமைக்
காலம் வரை அன்புடன் காப்பாற்று.

'பிள்ளைகளே, உங்கள் பெற்றோருக்குக் கீழ்ப்படியுங்கள்.
ஆண்டவரின் அடியாருக்கு இதுவே ஏற்புடையது. 'உன்
தந்தையையும் தாயையும் மதித்து நட' என்பதே வாக்குறுதியை
உள்ளடக்கிய முதலாவது கட்டளை.' (விவிலியம்: எபேசியர் 6, 1-2)

'தாயையும் தந்தையையும் சபிக்கிறவனின் விளக்கு, காரிருள்
வேளையில் அணைந்து போகும்.' (நீதிமொழிகள் 20, 20)

'தாய் தந்தையர், உறவினர், அநாதைகள், ஏழைகள், உறவினரான
அண்டை வீட்டார், அந்நியரான அண்டை வீட்டார், அருகில்
இருக்கும் நண்பர், வழிப்போக்கர், உங்கள் அடிமைகள்
ஆகியோருடன் நல்லமுறையில் நடந்து கொள்ளுங்கள்.' (குர்ஆன்
4, 36)

'ஒவ்வொருவனும் தனது கடந்த காலத்தில் தன் தாய்க்குச் செய்த
இன்னல்களைத் திரும்பிப் பார்க்க முடியுமானால், ஒவ்வொரு
மகனும் தன் தாயின் சமாதியின் முன் மண்டியிட்டு, தான் செய்த
தவறுகளுக்காக மனம் நொந்துருகும் காலம் வராமலா போகும்?'
(அ. பதேயிவ் - இளைஞர் படை)

(உ. வே. சுவாமிநாதையர் - 1855-1942)

21

நன்றி மறவேல்

ஒருவர் உனக்கு செய்த உதவியை ஒரு போதும் மறவாதே.

'உண்மையை அறிந்த விசுவாசிகள் நன்றியுணர்வுடன் பெற்று உண்பதற்கே அந்த உணவுகளைக் கடவுள் படைத்துள்ளார். கடவுள் படைத்தது அனைத்தும் நல்லதே. நன்றி உணர்வுடன் ஏற்றுக் கொண்டால் எதையும் விலக்க வேண்டியதில்லை. ஏனெனில், கடவுளின் வார்த்தையும் நமது மன்றாட்டும் அதைத் தூயதாக்கும்.' (விவிலியம்: 1 திமொத்தேயு 4, 3-4)

'உனக்கு நதியைக் கடக்க உதவிய படகை (தோணியை) உதைத்து எறியாதே.' (மாலகசி பழமொழி)

'நன்றி கெட்ட விதுரா - சிறிதும் நாணமற்ற விதுரா
தின்ற உப்பினுக்கே - நாசம் தேடுகின்ற விதுரா.'
(பாரதி - பாஞ்சாலி சபதம்)

'நண்பரிலே பனை தென்னை வாழையென்று
நாலு விதங்களுண்டு - அவர்
நன்றியிலும் செய்யும் நன்மையிலும் இந்த
மூன்று வகைகளுண்டு - நன்னெஞ்சே
மூன்று வகைகளுண்டு.
நான் கண்ட நண்பர்கள் மூன்று வகையல்ல
நாலாம் வகையடியோ! - அவர்
வாங்கிக்கொள்வார் ஒரு நன்றி சொல்லார்!
அது வாழும் முறையடியோ! நன்னெஞ்சே,
வாழும் முறையடியோ!
இப்படிப்பட்டவர் நாட்டில் பிறந்தது
என்ன குலமுறையோ?'
(கண்ணதாசன்)

(பாரதியார் - 1882-1921)

22

பருவத்தே பயிர் செய்

எச்செயலையும் அதற்குரிய காலத்திலேயே
செய்ய வேண்டும்.

'ஒவ்வொன்றுக்கும் ஒரு நேரமுண்டு. உலகில் நடக்கும் ஒவ்வொரு நிகழ்ச்சிக்கும் ஒரு காலமுண்டு. பிறப்புக்கு ஒரு காலம், இறப்புக்கு ஒரு காலம் நடவுக்கு ஒரு காலம், அறுவடைக்கு ஒரு காலம்.' (விவிலியம், சபை உரையாளர் 3, 1-2)

'கடவுள் அவர்களுக்கு ஆசி வழங்கி, 'பலுகிப் பெருகி மண்ணுலகை நிரப்புங்கள். அதை உங்கள் ஆற்றலுக்கு உட்படுத்துங்கள்... மண்ணுலகெங்கும் உள்ள விதை தரும் செடிகள், பழமரங்கள், அனைத்தையும் உங்களுக்கு நான் கொடுத்துள்ளேன்; இவை உங்களுக்கு உணவாகட்டும்', என்றார்.' (தொடக்க நூல் 1, 28-29)

'கண்மணிபோற் பயிரைக் காத்தும் தண்ணீர் இறைத்தும்
கையறுவடை செய்தீரே நீரே தோழரே.
இத்தனை பட்டும் ஊசிகுத்த நிலமுமின்றிக்
கொத்தடிமையும் பட்டீரே நீரே தோழரே.
ஒத்து விவசாயிகள் உரிமையை நிலைநாட்டப்
புத்துணர்வு பெறுவீர் நீரே தோழரே.' (பாரதிதாசன்)

(வேளாண் அறிஞர் கோ. நம்மாழ்வார் - 1938-2013)

23

மண்பறித்து உண்ணேல்

பிறர் நிலத்தைத் திருடி அதன் மூலம் வாழாதே (அல்லது) நீதி
மன்றத்தில் இருந்துகொண்டே லஞ்சம் வாங்கிக்கொண்டு
தீர்ப்பு வழங்காதே.

'வழிவழிச் சொத்தின் எல்லையை மாற்றி அமைக்காதே; உன்
நிலத்தின் எல்லையைத் தள்ளித் தள்ளி, திக்கற்றவர்களின் நிலத்தை
எடுத்துக்கொள்ள முயலாதே. ஏனெனில், அவர்களின் மீட்பர்
வல்லவர். அவர் அவர்கள் சார்பில் உனக்கு எதிராக வழக்காடுவார்.'
(நீதி மொழிகள் 23, 10)

'அவனவன் நாட்டில் அவனவன் வாழ்க!
மற்றயல் நாட்டை சுரண்டுதல் வீழ்க!' (பாவேந்தர் பாரதிதாசன்)

'மனிதர்கள் ஆசைப்படுவதைத் தேடுவதைவிடப் பெரிய குற்றம்
வேறு எதுவும் இல்லை; மனநிறைவை அறியாமல் இருப்பதை
விடப் பெரிய துயரம் வேறு எதுவும் இல்லை; பேராசைக்கு இடம்
கொடுப்பதைவிடப் பெரிய கேடு வேறு எதுவும் இல்லை. எனவே,
மனநிறைவை அறிகிற மனநிறைவு எப்போதும் மனநிறைவுடன்
இருக்கும்.' (தாவோ தே ஜிங் - லாவோட்சு)

(நெல்சன் மண்டேலா - 1918- 2013)

24

இயல்பு அலாதன செய்யேல்

நல்லொழுக்கத்துக்கு மாறான செயல்களைச் செய்யாதே.

'ஒருவர் மதிப்பற்றவற்றிலிருந்து தம்மைத் தூய்மையாக வைத்துக் கொண்டால், அவர் மதிப்புக்குரிய தூய கலனாகக் கருதப்படுவார். அவர் எந்த நற்செயலையும் செய்ய ஆயத்தமாயிருப்பார்… எனவே நீ இள வயதின் இச்சைகளை விட்டு ஓடி விடு. தூய்மையான உள்ளத்தோடு ஆண்டவரது பெயரை அறிக்கையிட்டு வழிபடு வோருடன் நீதி, நம்பிக்கை, அன்பு, அமைதி ஆகியவற்றை நாடித் தேடு.' (விவிலியம்: 2 திமொத்தேயு 2, 21-22)

'நெஞ்சை நிமிர்த்துங்கள் தோழர்களே - இனி நேருக்கு நேர் நின்று பார்ப்போம் - சம நீதிக்குப் போர்படை சேர்ப்போம் நெஞ்சின் பாரத்தை வேருடன் சாய்ப்போம்.'
(கவியரசு கண்ணதாசன்)

'தாழ்மையாக இரு; அப்போது நீ முழுமையாக இருப்பாய்.
வளைந்திரு; அப்போது நீ நேராக இருப்பாய்.
காலியாக இரு; அப்போது நீ நிரம்பி இருப்பாய்.
தேய்ந்து போய் இரு; அப்போது நீ புதிதாக இருப்பாய்.'
(தாவோ தே ஜிங் - லாவோட்சு)

(வ. உ. சிதம்பரம் - 1872-1936)

அரவம் ஆட்டேல்

பாம்புகளைப் பிடித்து விளையாடாதே.

'கடவுள் உருவாக்கிய காட்டு விலங்குகளிலெல்லாம் பாம்பு மிகவும் சூழ்ச்சிமிக்கதாக இருந்தது.' (தொடக்க நூல் 3, 1) 'ஆண்டவராகிய கடவுள், 'நீ ஏன் இவ்வாறு செய்தாய்?' என்று பெண்ணைக் கேட்க, அதற்குப் பெண், 'பாம்பு என்னை ஏமாற்றியது, நானும் உண்டேன்' என்றாள்.' (தொடக்க நூல் 3, 13)

'ஆனால், ஏவா பாம்பின் சூழ்ச்சியால் ஏமாற்றப்பட்டதைப்போல நீங்களும் உங்கள் எண்ணங்களைச் சீரழியவிட்டுக் கிறிஸ்துவிடம் விளங்கிய நேர்மையையும் தூய்மையையும் இழந்து விடுவீர்களோ என அஞ்சுகிறேன்.' (2 கொரிந்தியர் 11, 3)

'மனமென்னும் குதிரையை வாகனமாக்கி
மதியென்னும் கடிவாளம் வாயினில் பூட்டிச்
சினமென்னும் சீனியின் மேற்சீராய் ஏறித்
தெளிவிடம் சாரிவிட்டு ஆடு பாம்பே.' (பாம்பாட்டிச்சித்தர்)

(பாம்பாட்டிச் சித்தர்)

26

இலவம் பஞ்சில் துயில்

'இலவம் பஞ்சு' எனும் ஒருவகைப் பஞ்சினால்
செய்யப்பட்ட படுக்கையிலே உறங்கு.

'பால்நுரைபோல் பாரதத்தில் பஞ்சு விளைப்பீரே - அந்தப்
பஞ்சுதனைச் சுத்தி செய்வீர் பனிமலைபோல் நீரே...

கதரணிவீர் எனும் அடிகள்
காந்தியின் வாய்க்குமுதம் - மிகக்
கருதிடுவீர் அது நமது வாழ்வினுக்கோர் அமுதம்...

விதி நமக்கு வாய்த்ததுண்டோ வேற்றுவர் கை பார்க்க;
விளையும் பஞ்சில் விரல் பொதிந்த
விடுதலை நீர் காண்பீர்.

அதிகமுண்டு விளைவு நிலம், அதிகமுண்டு மக்கள்,
நதிகளெல்லாம் பிறருக்கிட்டு
வறுமைகொள்ள வேண்டாம்.'

(பாரதிதாசன்)

"

27

வஞ்சகம் பேசேல்

உண்மைக்குப் புறம்பான சொற்களைப் பேசாதே.

'நீ உன்னில் பார்ப்பதைத்தான், நீ உலகெலாம் பார்க்கிறாய்.'
(ஆப்கானிஸ்தான் பழமொழி)

'தன்னையே அழித்துக்கொள்ளும்
மூங்கில் பழங்களை ஒத்தவர்
அறவோரின் போதனைகளைப் புறக்கணிக்கும்
தவறான பார்வையுடைய அறிவிலிகள்.' (தம்ம பதம் 167)

'தீமையை மட்டும் ஒரே ஒருமுறை நாம் ஏற்றுக்கொண்டுவிட்டால்
அது தன்னை நம்புமாறு ஒருபோதும் நம்மை வற்புறுத்துவ
தில்லை.' (காஃப்காவின் நுண்மொழி)

'கடும் வெறுப்புக்கு அன்பை பதிலாகக் காட்டு.
அப்படி இல்லாவிட்டால் கடும் வெறுப்புடன் சமரசம்
செய்துகொள்ளும்போது சிறிது அதில் நிச்சயம் மிஞ்சும்.
சிறிது இப்படி மிஞ்சுவது நன்மையில் எப்படி முடியும்?
எனவே, ஒப்பந்தம் என்றால் ஞானி தன் தரப்பான
இடது பாதியை நிறைவேற்றுகிறான். என்றாலும் மற்ற தரப்பினர்
செய்ய வேண்டியதை அவன் நிர்ப்பந்தப்படுத்துவதில்லை.
தேவை உடைய மனிதன் இணக்கத்தை நாடுகிறான்.'

(தாவோ தே ஜிங் - லாவோட்சு)

(கட்டபொம்மன் - 1780-1799)

அழகு அலாதன செய்யேல்

இழிவான செயல்களைச் செய்யாதே.

'மூன்றுவகை மனிதரை நான் வெறுக்கிறேன்; அவர்களின் வாழ்வை நான் அருவருக்கிறேன். அவர்கள்: இறுமாப்புக் கொண்ட ஏழைகள், பொய் சொல்லும் செல்வர், கூடா ஒழுக்கத்தில் ஈடுபடும் அறிவற்ற முதியவர்.' (விவிலியம்: சீராக் 25, 2)

'எளிய மக்கள் தலையில் காசு ஏறி மிதிக்குது
இதை எண்ணி எண்ணித் தொழிலாளர் நெஞ்சு கொதிக்குது
வஞ்சனைக்கும் அஞ்சிடோம் பஞ்சணைக்கும் அஞ்சிடோம்
பஞ்சம் நோய்க்கும் அஞ்சிடோம் பட்டினிக்கும் அஞ்சிடோம்
நெஞ்சினைப் பிளந்தபோதும் நீதி கேட்க அஞ்சிடோம்
நேர்மையற்ற பேர்களின் கால்களை வணங்கிடோம்.'
(பட்டுக்கோட்டை கல்யாணசுந்தரம்)

'சாகசச் செயல்களில் துணிச்சல் காட்டுகிற மனிதன் அழிவான்;
சாகசச் செயல்களைச் செய்யாமலிருப்பதில் துணிச்சல் காட்டுகிற மனிதன் வாழ்வான். இந்த இரண்டையும் தெரிந்துகொள்வது நன்மையிலிருந்து தீமையைப் பிரித்துப் பார்ப்பதாகும்...
வானகத்து வலை விசாலமானது; அதன் கண்கள் அகலமானவை;
என்றாலும் அதிலிருந்து எதுவும் தப்புவதில்லை.'
(தாவோ தே ஜிங் - லாவோட்சு)

(அயோத்தி தாசர் - 1845-1914)

29

இளமையில் கல்

இளமைப் பருவத்தில் இருந்தே கற்க
வேண்டியவைகளைத் தவறாமல் கற்றுக்கொள்.

'ஞானம் - என்றுமுள ஒளியின் சுடர்; கடவுளது செயல்திறனின்
கறைபடியாக் கண்ணாடி; அவருடைய நன்மையின் சாயல்.
ஞானம் - ஒன்றே என்றாலும், எல்லாம் செய்ய வல்லது; தான்
மாறாது, அனைத்தையும் புதுப்பிக்கிறது; தலைமுறை தோறும் தூய
ஆன்மாக்களில் நுழைகிறது; அவர்களைக் கடவுளின் நண்பர்கள்
எனவும் இறைவாக்கினர்கள் எனவும் ஆக்குகிறது.
ஞானத்தோடு வாழ்கின்றவர்கள்மீது அன்பு செலுத்துவதுபோல
வேறு எவன்மீதும் கடவுள் அன்பு செலுத்துவதில்லை.'

(சாலமோனின் ஞானம் 7, 26-28)

'தூய வாழ்வினை வாழ்வாதார்
இளமையில் செல்வம் தேடாதார்
மீனற்ற குளத்தில் வாட்டமுற்று வதங்கி
காத்திருக்கும் கொக்கு.' (தம்ம பதம் 156)

'நாவலரும் காவலரும் ஆண்டதிந்நாடு - நிமிர்ந்து
நாம் தமிழர் நாம் தமிழர் என்று பாடு.'

(பாரதி தாசன்)

(பாரதி தாசன் - 1891 1964)

30

அரனை மறவேல்

இறைவனை என்றும் மறவாதே.

'இடை விடாது இறைவனிடம் வேண்டுங்கள்.'
(1 தெசலோனிக்கர் 5, 17)

'தம்மை நோக்கி மன்றாடும் யாவருக்கும், உண்மையாய்த் தம்மை நோக்கி மன்றாடும் யாவருக்கும், ஆண்டவர் அண்மையில் இருக்கின்றார்.' (திருப்பாடல் 145, 18)

'அன்பின் ஊஞ்சலை ஆடவிடு
உடலும், மனமும் அவனுக்காகட்டும்
அன்பின் பரவசத்தில் அவனுடன் ஆடுவேன்
அன்பு மேகம் திரண்டு கண்களில் வழியட்டும்
அன்பு வெள்ளத்தில் உன் மனம் மூழ்கட்டும்;
அவன் காதருகே சென்று சொல்
உன் இதயத்தின் தாபத்தை உருகி முணுமுணுப்பு செய்
கபீர் சொல்கிறான்... சகோதரா கேள்
அவன் பார்வை உன்னில் ஒளிரட்டும்.'
(கபீர்தாசரின் நூறு கவிதைகள் 95)

'எல்லாமும் நீயே எனைப்பெற்ற பெருந்தாயே
இல்லாதான் கேட்கிறேன் இந்த வரம் அருள்வாயே!
இன்பவரம் தாராமல் இதுதான் உன்விதியென்றால்
துன்பமே இன்பமெனத் தொடர்வேன் பரம்பொருளே!'
(கண்ணதாசன்)

31

அனந்தல் ஆடேல்

மிகுதியாகத் தூங்காதே.

'நேரத்தோடு தூங்கச் சென்று, நேரத்தோடு எழுபவன் சுகமாகவும், செல்வந்தனாகவும், அறிவாளியாவும் ஆவான்.' (ஆங்கிலப் பழமொழி)

'ஒரு பழமொழி உண்டு: தன்னையும் எதிரியையும் அறிபவன், நூறு பேர்களைக்கூட அஞ்சாமல் வெற்றிகொள்ளலாம். தன்னை அறிந்து எதிரியை அறியாதவன், ஒவ்வொரு வெற்றிக்கும் ஒரு தோல்வியை எதிர்கொள்வான். தன்னையும் அறியாமல், எதிரியையும் அறியாமல் இருப்பவன், எல்லா போர்களிலும் தோல்வி அடைவான்.' (ஸூன் ஸூ - போரின் கலை)

'போற்றுவார் போற்றட்டும் புழுதிவாரித்
தூற்றுவார் தூற்றட்டும் தொடர்ந்து சொல்வேன்
ஏற்றதொரு கருத்தை எனதுள்ளம் என்றால்
எடுத்துரைப்பேன் எவர்வரினும், நில்லேன் அஞ்சேன்.'
(கண்ணதாசன்)

32

கடிவது மற

யாரையும் கோபத்தில் கடிந்து பேசிவிடாதே.

'சினத்தைக் காப்பவர் தவறிய பாதையிலிருந்து
தேரை நல்ல பாதைக்குச் செலுத்தும்
தேர்வலன் மாதிரி,
முற்றவர் வெறும் கடிவாளத்தைப் பிடித்தவர்.

போரிடு
கோபத்தை எதிர்த்து அன்பினால்
தீமையை எதிர்த்து நன்மையால்
கருமியை எதிர்த்து தாராளத்தால்
பொய்யை எதிர்த்து உண்மையால்.'
(தம்ம பதம் 222-223)

'மனிதன் இழைக்கும் தவறுகள் அனைத்தும் பொறுமையின்மை
யிலிருந்தே கிளை விடுகின்றன. முறையான அணுகு
நெறியிலிருந்து உரிய காலத்துக்கு முன்பே முறிந்து விடுகிறது.
உண்மையெனத் தோன்றுவதை உண்மையெனத் தோன்றுமாறு
விவரிப்பதே அதற்கு அணுகு முறை.' (காஃப்காவின் நுண்மொழி)

33

காப்பது விரதம்

பிற உயிர்களுக்குத் துன்பம் செய்யாமல் அவற்றைக் காப்பாற்றுவதே தவம் ஆகும்.

'அவரிடம் முழு இதயத்தோடும் முழு அறிவோடும் முழு ஆற்ற லோடும் அன்பு செலுத்துவதும், தன்னிடம் அன்பு செலுத்துவது போல அடுத்திருப்பவரிடமும் அன்பு செலுத்துவதும் எரிபலி களையும் வேறு பலிகளையும்விட மேலானது.' *(மாற்கு 12, 33)*

'உண்மையாகவே நான் விரும்புவது பலியை அல்ல, இரக்கத்தையே விரும்புகிறேன்.' *(ஓசேயா 6,6)*

'ஆகா!
வெறுப்புள்ளவரிடையேய வெறுப்பில்லாமல்
உவகையோடு வாழ்கிறோம்.
வெறுக்கிறவர் மத்தியில்
வெறுப்பில்லாமல் ஒளிர்கிறோம்.' *(தம்ம பதம் 197)*

(புனித அசிசி பிரான்சிஸ்கு - 1181-1226)

34

கிழமைப்பட வாழ்

உன் உடலாலும் பொருளாலும் பிறருக்கு நன்மை செய்து வாழ்.

'காற்றின் எதிர்த்திசையில் செல்வதில்லை
மலர்களின் நறுமணமும் சந்தன வாசமும்
வாசப் புகையும்கூட அப்படித்தான்,
ஆனால், நல்மன அறிஞனின் புகழ்
பரவும் எட்டுத்திக்கும்.' (தம்ம பதம் 54)

'செல்வந்தன் ஒருவன் தனது களியரங்கில்
விருந்தளித்தான். தீப்பந்தங்கள் எங்கும் பிரகாசமாக ஒளிர்ந்தன.
தனக்கென ஒரு விளக்குக்கூட வாங்கிக்கொள்ள
இயலாத வறுமையில் இருந்த ஒருவன்
அவ்வொளியைப் பெற வேண்டி ஓரமாக ஒதுங்கி நின்றான்.
ஆனால் அவன் முன்பிருந்த இருண்ட பகுதிக்கே
மீண்டும் விரட்டப்படுவான் என எவர்தான்
எதிர்பார்த்திருக்கக் கூடும்?
ஒருவன் கூடுதலாக அங்கு நிற்பதால் உன் ஒளியைக்
கவர்ந்து செல்லப்போகிறானா என்ன?
விந்தையாக உள்ளது, அதிகப்படியான ஒளிக்கீற்றை
நான் பெற்றுக் கொள்வதற்கும்கூட
இத்தனை சினம் கொள்கிறீரே!'
(ஹான்ஷான் - குளிர்மலை 34)

(இராமலிங்க வள்ளலார் - 1823-1874)

35

கீழ்மை அகற்று

இழிவான குணஞ் செயல்களை நீக்கு.

'பிறருக்குத் துன்பம் செய்வதில் இன்பம் காண்பவர்
இன்பம் விரும்பினாலும் அதை அடையமுடியாதவர்.
(தம்ம பதம் 131)

'வயல்காரர் நீரைச் செலுத்துகிறார்
கொல்லர் அம்பினை நேராக்குகிறார்
தச்சர் மரத்தை வளர்க்கிறார்
அறிவாளர் மனத்தினைத் தாமே கட்டுப்படுத்துவார்.'
(தம்ம பதம் 145)

'சாதி இரண்டொழிய வேறில்லை சாற்றுங்கால்
நீதி வழுவா நெறிமுறையின் - மேதினியில்
இட்டார் பெரியோர் இடாதார் இழிகுலத்தோர்
பட்டாங்கி லுள்ள படி.' (ஒளவையார்)

'நான் பத்திரமாகப் பாதுகாத்து வைத்திருக்கிற மூன்று
பொக்கிஷங்கள் என்னிடம் இருக்கின்றன. அவை அன்பு, மிதம்,
உலகத்தை முந்திக்கொண்டு செல்லத் துணியாமை எனப்படுகிறது.
அன்பாக இருப்பதால் ஒருவன் துணிவோடு இருக்கமுடியும்;
மிதமாக இருப்பதால் ஒருவன் வளமாக இருக்கமுடியும்; உலகத்தை
முந்திக்கொள்ளத் துணியாததால் ஒருவன் அதிகாரிகளின்
தலைவனாக இருக்கமுடியும்.' (தாவோ தே ஜிங் - லாவோட்சு)

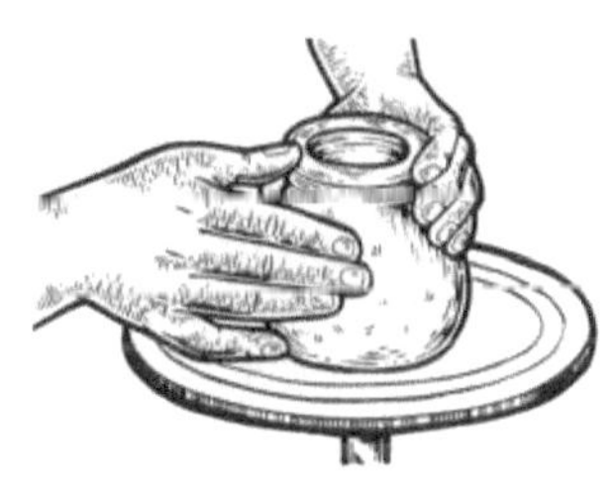

36

குணமது கைவிடேல்

நன்மை தரக்கூடிய நல்ல குணங்களைப்
பின்பற்றுவதை நிறுத்திவிடாதே.

'பயனற்ற பொருட்கள் வீசியெறியப்பட்ட
சாலையோர சகதியொன்றில் செந்தாமரை பூக்கும்.
மதிப்பற்ற மானுடத்தில் ஒளியூட்டப்பட்ட ஒருவர்
இருளகற்றும் உயரறிவு பெற்றவரே.' (தம்ம பதம் 58-59)

'பெருஞானம் கொண்ட மனிதரைக் காண்பது அரிது,
அவர் எல்லா இடங்களிலும் பிறப்பது இல்லை,
அவர் பிறக்கும் குடும்பம் மும்மடங்கு மகிழும்.' (தம்ம பதம் 193)

'துன்பம் அனைத்தும் தொடர்ந்து வந்தால்
இன்பமாக எண்ணத் தொடங்கு;
இன்னல் அனைத்தையும் வென்றுவாழ
சிறிது சிறிதாகப் பயிற்சி செய்.' (உருதுக் கவிஞர் காலிப்)

(காந்தி - 1869-1948)

கூடிப் பிரியேல்

நல்லவரோடு நட்பு செய்து பின் அவரைப் பிரியாதே.

'தம் நண்பர்களுக்காக உயிரைக் கொடுப்பதைவிடச் சிறந்த அன்பு யாரிடமும் இல்லை.' (யோவான் 15, 13)

'பற்பலபேர் சேர்க்கை பலம் சேர்க்கும்; செய்தொழிலில்
முற்போக்கும் உண்டாகும் முன்னிடுவீர் தோழர்களே!
ஒற்றைக்கை தட்டினால் ஓசை பெருகிடுமோ
மற்றும் பலரால் வளம் பெறுமே தோழர்களே!
ஒருவன் அறிதொழிலை ஊரார் தொழிலாக்கிப்
பெரும் பேறடைவதுதான் வெற்றி எங்க தோழர்களே!
கூடித் தொழில் செய்யாக் குற்றத்தால் இன்றுவரை
மூடிய தொழிற்சாலை முக்கோடி தோழர்களே!
கூடைமுறம் கட்டுநரும் கூடித் தொழில் செய்யின்
தேடிவரும் லாபம் சிறப்பு வரும் தோழர்களே!'
(பாரதிதாசன் - கூடித்தொழில் செய்க)

(தாமோதரம் பிள்ளை - 1832-1901)

38

கெடுப்பது ஒழி

பிறருக்குக் கேடு விளைவிக்கும் செயல்களைச் செய்யாதே.

பிறருக்குத் துன்பம் செய்வதில் இன்பம் காண்பவர்
இன்பம் விரும்பினாலும் அதை அடைய முடியாதவர்.
(தம்ம பதம் 131)

'வெறுப்பை வெறுப்பால் துறக்கும்
வழி இல்லை இவ்வுலகில்
துடைக்கலாம் வெறுப்பை அன்பெனும் தம்மத்தால்'
(தம்ம பதம் 5)

'கயவர்போல் பதுங்கியிருந்து நல்லவர் வீட்டைக் கெடுக்கப்
பார்க்காதே; அவர் குடியிருப்பைப் பாழாக்கி விடாதே. நல்லவர்
ஏழு முறை விழுந்தாலும் நிற்பார்; பொல்லார் துன்பம் வந்தவுடன்
விழுந்து விடுவர்.' *(நீதி மொழிகள் 24, 27)*

39

கேள்வி முயல்

கற்றவர் சொல்லும் நூற் பொருளைக்
கேட்பதற்கு முயற்சி செய்.

'கொடுக்கப்படாத எதையும்
அது
நீளமெனினும் குட்டையெனினும்
சிறியதெனினும் பெரியதெனினும்
அழகானதெனினும் அழகற்றதெனினும்
எடுத்துக் கொள்ளாதவரே அறவோர்.' (தம்ம பதம் 409)

'திரும்பத் திரும்பக்
கேள்வி கேட்டுக்கொண்டே இருப்பதால்
தெளிவுறப் போவதில்லை அப்புதிரின் சூட்சுமம்,
யியப்பூட்டும் பிரதேசங்களுக்குப் பயணிப்பதாலும்கூட.

உனது குழப்பம் விலகப் போவதில்லை எப்போதும்,
ஓர் ஐம்பது ஆண்டுகளுக்கேனும்
உனது கண்களையும் தேடலையும்
சலனமற்றுக் காத்திருக்கச் செய்தாலன்றி.'
(ஜலாலுதீன் ரூமி, தாகங்கொண்ட மீனொன்று)

(இராபர்ட் கால்டுவெல் - 1814-1891)

40

கைவினை கரவேல்

உங்களுக்குத் தெரிந்த கைத்தொழிலை
மற்றவர்களிடமிருந்து ஒளியாமற் செய்து கொண்டிருக்கவும்.

'பலவண்ணப் பூக்குவியலிலிருந்து
மாலைகள் தொடுக்கலாம்.
பிறப்பும் மரணமும் கொண்ட
மனத்தினைக் கொண்டு
பல நற்செயல்கள் புரியலாம்.' (தம்ம பதம் 53)

'இரும்பைக் காய்ச்சி உருக்கிடுவீரே!
யந்திரங்கள் வகுத்திடு வீரே!
கரும்பைச் சாறு பிழிந்திடு வீரே!
கடலில் மூழ்கி நன்முத் தெடுப்பீரே!
அரும்பும் வியர்வை உதிர்த்துப் புவிமேல்!
ஆயிரம் தொழில் செய்திடுவீரே!
பெரும்புகழ் நுமக்கே இசைக்கின்றேன்.'   (பாரதியார்)

41

கொள்ளை விரும்பேல்

பிறர் பொருளைத் திருடுவதற்கு ஆசைப்படாதே.

'களவு செய்யாதே.' (விடுதலைப் பயணம் 20,15)

'திருடன் தன் பசியைத் தீர்க்கத் திருடினால், அவனை மக்கள் பெருங்குற்றவாளியெனக் கருதாதிருக்கலாம். ஆனால் அவன் பிடிபடும்போது ஏழு மடங்காகத் திருப்பிக் கொடுக்கவேண்டும்; தன் குடும்பச் சொத்து முழுவதையும் கொடுத்துவிட நேரிடும்.' (நீதி மொழிகள் 6, 30-31)

'சுயமரியாதை கொள் தோழா - நீ
துயர் கெடுப்பாய் வாழ்வில் உயர்வடைவாயே-
...
உழைக்காத வஞ்சகர் தம்மை - மிக
உயர்வான சாதுக்கள் என்பது நன்றோ?
...
அறியாத மூடத் தனத்தை - ஏட்டில்
அழகாய் வரைந்திடும் பழிகாரர் தம்மை
முழுதாய்ந்த பாவலர் என்பார் - இவர்
முதலெழுத் தோதினும் மதியிருட்டாகும்.'

(பாரதிதாசன் - வாழ்வில் உயர்வு கொள்)

42

கோதாட்டு ஒழி

குற்றமான விளையாட்டை விட்டு விடு (நீக்கு).

'எல்லைப்புற நகரமொன்று
உட்புறமும் வெளிப்புறமும்
கடிகாவல் புரியப்படுவதைப்போல்
காத்துக் கொள்ளல் வேண்டும் தன்னை
எந்த நல்ல வாய்ப்பும் நழுவவிடுவதற்கன்று
வாய்ப்புக்களை விட்டவர் வீழ்வர் துன்பத்தில்.'
(தம்ம பதம் 315)

'எந்தப்படையினில் நீ இருந்தாலும்
        இனத்தை எதிர்த்திடாதே - தமிழா
எதிரிக் குழைத்திடாதே - உன்
சொந்தத் தமையனைத் தம்பியைக் கொல்லவே!
        சூழ்ச்சி நினைத்திடாதே - பகைவன்
சோற்றில் நனைந்திடாதே'

(பாவலேறு பெருஞ்சித்திரனார்)

43

கௌவை அகற்று

வாழ்வில் செயற்கையாக ஏற்படும் துன்பத்தை நீக்கு.

'ஆண்மையின் சாரம் ஆணாக இருப்பதிலிருந்து
உய்த்துணர இயலாது.
ஆறுதல் மொழிவோரிடமிருந்து நட்பையும்...
உனது உடலார்ந்த ஆன்மா ஆறுதலைத் தேடுகிறது.
கண்டிப்பான தந்தையோ
ஆன்மீகத் தெளிவை விரும்புகிறார்... தேற்றுதல்களை
மும்முரமாகத் திரட்டிக் கொண்டிராமல்
முன்பு எதுவாக இருந்தோம் என்பதை மறவாதிரு.
உன்னைச் செவிமடுத்துச் செதுக்கி உனக்குள்ளே தங்கிவிடும்
ஒரு கறாரான ஆசானுக்காகப் பிரார்த்தனை செய்தவாறு.'
(ஜலாலுதீன் ரூமி, தாகங்கொண்ட மீனொன்று)

'இதயத்தை எண்ணம் வெல்லும்
இளமையை முதுமை வெல்லும்
அதிகமாய்த் தோன்றும் நெஞ்சில்
ஆசையைக் காலம் வெல்லும்;
மதியினை விதியே வெல்லும்
வாழ்க்கையைக் கனவே வெல்லும்
வதைப்பட்ட நிலையில் இந்த
மனிதனை மரணம் வெல்லும்.'

(கண்ணதாசன்)

44

சக்கர நெறி நில்

அரசன் வகுத்த நெறிப்படி வாழ வேண்டும்.

'சீசருக்கு உரியவற்றைச் சீசருக்கும் கடவுளுக்கு உரியவற்றைக் கடவுளுக்கும் கொடுங்கள்.' (மாற்கு 12, 17)

'நற்செயல் செய்வோர் ஆள்வோருக்கு அஞ்ச வேண்டியதில்லை... ஏனெனில் அவர்கள் உங்களுக்கு நன்மை செய்வதற்கென்றே கடவுளால் ஏற்படுத்தப்பெற்ற தொண்டர்கள்... ஆகவே கடவுளின் சினத்தின் பொருட்டு மட்டும் அல்ல, மனச்சான்றின் பொருட்டும் நீங்கள் பணிந்திருத்தல் வேண்டும். அதற்காகவே நீங்கள் வரி செலுத்துகிறீர்கள். அவர்கள் தங்கள் பணியை ஆற்றும்பொழுது கடவுளுக்கே ஊழியம் செய்கிறார்கள். ஆகையால் அனைவருக்கும் நீங்கள் செய்யவேண்டிய கடமைகளை நிறைவேற்றுங்கள்.' (பவுலடியார் உரோமையருக்கு எழுதிய கடிதம் 13, 3-7)

'மக்கள் பட்டினி கிடக்கிறார்கள்.
அவர்களிடம் கடுமையான வரிகளை
அதிகாரிகள் வசூல் செய்கிறார்கள்.
அதனால், மக்கள் பட்டினி கிடக்கிறார்கள்.
மக்களை ஆள்வது கடினம்.
அவர்களின் விடயங்களில் அனாவசியமாக
அதிகாரிகள் தலையிடுகிறார்கள்.
எனவே, மக்களை ஆள்வது கடினம்.'

(தாவோ தே ஜிங் - லாவோட்சு)

(இராச இராசன் அரண்மனை)

45

சான்றோர் இனத்து இரு

அறிவொழுக்கங்களில் நிறைந்த
பெரியோர்களுடன் சேர்ந்து இரு.

'அறிவாளிகளைக் காணுதல் நலம்
அவர்களுடன் வாழ்வது இன்பம் இன்பம்
அறிவிலிகளைக் காணாமல் இருப்பது
எப்போதும் இன்பம்.' *(தம்ம பதம் 206)*

'பெரியோருக்குத் தவறாமல் மாறாமல்
மரியாதை தருபவருக்கு
நான்கு அமுதங்கள் அதிகரிக்கும் வாழ்நாள்
அழியாத அழகு
நிறைவான மகிழ்ச்சி
குறையாத வலிமை.' *(தம்ம பதம் 109)*

'நீ வெற்றி பெற விரும்பினால், மூன்று முதியோருடன் ஆலோசனை
நடத்து.' *(சீன பழமொழி)*

'வாழ்வை நோக்கி ஓடுவதைத் தவிர வாழ்வை எப்படி மகிழ்வுடன்
கொண்டாட முடியும்?' *(காஃப்காவின் நுண்மொழி)*

(தொல்காப்பியர்)

46

சித்திரம் பேசேல்

பொய்யான சொற்களை மெய்போல் பேசாதே.

'பொய்யுரைப்பவரால் செய்யமுடியாத தீமை
என்னொன்றுமில்லை;
அவர்கள் உண்மைக்கு எதிரானவர்கள்,
உயர்வுறுதலிலிருந்து வேறுபட்டவர்கள்.' (தம்ம பதம் 176)

'தேன் குழைத்த பேச்சு
அழகிய தோற்றம்
இவற்றாலேயே ஒருவர்
நல்லுள்ளம் பெற்றவரில்லை.
பொறாமை சுயநலம் ஏமாற்று
ஆகியவை அவருள் இருக்கையில்.' (தம்ம பதம் 262)

'எழுதத்தெரிந்தால் எழுதுங்கள். எழுதத் தெரியாவிட்டால்
தாளை வெள்ளையாக விட்டுவிடுங்கள்.
கிறுக்கி வைக்காதீர்கள்.
எழுதத் தெரிந்தவர் பின்னர் வருவார்;
அவர் எழுதிக்கொள்வார்.'

(மா சே துங்)

| 54 |

47

சீர்மை மறவேல்

புகழுக்குக் காரணமான நல்ல குணங்களை மறந்து விடாதே.

'உன்னத இறைவனின் திருச்சட்டத்தைப் படிப்பதில் மனத்தைச் செலுத்துவோர் தங்கள் முன்னோர் எல்லாருடைய ஞானத்தையும் தேடுவர்; இறை வாக்குகளைப் படிப்பதில் ஈடுபட்டிருப்பர்.

பேர் பெற்றவர்களின் உரைகளைக் காப்பாற்றுவர்; உவமையின் நுட்பங்களை ஊடுருவிக் காண்பர்...

பெரியோர்கள் நடுவே பணியில் அமர்வர்; ஆள்வோர் முன்னிலையில் தோன்றுவர்...

வைகறையில் துயில் எழுவர்; உன்னத இறைவன் திருமுன் மன்றாடுவர்...

தங்கள் அறிவுரையையும் அறிவாற்றலையும் நேரிய வழியில் செலுத்துவார்கள்; ஆண்டவருடைய மறை பொருள்களைச் சிந்தித்துப் பார்ப்பார்கள்.'

(விவிலியம்: சீராக் 39, 1-7)

48

சுளிக்கச் சொல்லேல்

**கேட்பவருக்குக் கோபமும் வெறுப்பும்
உண்டாகும்படி பேசாதீர்.**

'நோகடிக்கும் சொற்கள் பேசாமை
தம்மக்கொள்கையின்படி கட்டுப்பாடு
அளவான உணவு, தியானம்
இவையே புத்தரின் போதனை.' (தம்மபதம் 185)

'உலகின் துயரங்களிலிருந்து நீ விலகிக்கொள்ளலாம் - அதற்கான
சாத்தியக்கூறு உனது இயல்புக்கு ஏற்றபடி உன்னிடம் உள்ளது -
ஆனால், அத்தகைய விலகல் மட்டுமே நீ தப்பிக்கக்கூடிய ஒரே
துயரமாக இருக்கக்கூடும்.' (காஃப்காவின் நுண்மொழி)

'அளந்து பேசுவது இயற்கையானது.
உக்கிரமாக அடிக்கிற காற்று காலை முழுதும் நீடிக்க முடியாது;
பயங்கரமாக அடிக்கிற மழை நாள் முழுதும் நீடிக்க முடியாது;
வானகமும் வையகமும் தவிர இவற்றை யார் உருவாக்கியிருக்
கிறார்கள்?
வானகமும் வையகமும் நிரந்தமாக நீடிக்க முடியாதபோது
மனிதன் எப்படி நீடிக்க முடியும்?'

(தாவோ தே ஜிங் - லாவோட்சு)

சூது விரும்பேல்

ஒருபோதும் சூதாட்டத்தை விரும்பாதே.

'மது மற்றும் சூதாட்டத்தைக் குறித்து மக்கள் உம்மிடம் கேட்கிறார்கள். நீர் கூறும்: 'அவ்விரண்டிலும் பெரும் கேடு உள்ளது. மக்களுக்குச் சில பயன்களும் இருக்கின்றன. அவற்றால் ஏற்படும் பயனைவிட அவற்றின் கேடுதான் மிக அதிகம்.' (குர் ஆன் 2, 219)

'ஓர் உயிர் உன்னதமானது என்பதை நான் அறிவேன். ஆனால், உயிரினும் உன்னதமானது எமது உரிமை, எமது சுதந்திரம், எமது கௌரவம்.' (தமிழீழத் தேசியத் தலைவர் வே. பிரபாகரன்)

'மிகச்சிறந்த போர்வீரன் வீரத்தனமாக இருப்பதில்லை;
மிகச்சிறந்த போராளி மூர்க்கத்துடன் இருப்பதில்லை;
மிகச்சிறந்த வெற்றிகளைக் குவிப்பவன் போரில் பங்கு பெறுவதில்லை;
மிகச்சிறந்த முதலாளி வேலைக்காரர்களுக்குக் கீழே தன்னைத் தாழ்த்திக்கொள்கிறான். இப்படி இருப்பதும் செய்வதும் போட்டியிடாமையின் பலம் எனப்படுகிறது; வானகத்தோடு உறவாடுவதின் மேன்மை எனப்படுகிறது.'

(தாவோ தே ஜிங் - லாவோட்சு)

50

செய்வன திருந்தச் செய்

செய்யும் செயல்களைத் தவறோ குறையோ ஏதும் இல்லாமல் செய்யவும்.

'ஆயிரம்முறை அளந்து பார், ஒருமுறை மட்டும் வெட்டு.'
(துருக்கியர் பழமொழி)

'மிகச் சிறியவற்றில் நம்பத் தகுந்தவர் பெரியவற்றிலும் நம்பத் தகுந்தவராய் இருப்பார். மிகச் சிறியவற்றில் நேர்மையற்றவர் பெரியவற்றிலும் நேர்மையற்றவராய் இருப்பார்.' (விவிலியம்: லூக்கா 16, 10)

'ஒரு விடுதலை இயக்கம் தனித்து நின்று போராடி
விடுதலையை வென்றெடுத்ததாக வரலாறு இல்லை.
ஒரு விடுதலை இயக்கத்தின் பின்னால் மக்கள்
ஆற்றல் அணிதிரண்டு எழுச்சி கொள்ளும்போதுதான்
அது மக்கள் போராட்டமாக, தேசியப் போராட்டமாக
முழுமையும் முதிர்ச்சியும் பெறுகின்றது.
அப்பொழுதுதான் விடுதலையும் வாய்க்கிறது.'
(சீனப் புரட்சியாளர் மாவோ)

(சிங்கார வேலன் – 1860-1946)

"

51

சேரிடம் அறிந்து சேர்

நீ பழகும் நபர்கள் நல்ல குணங்கள் உடையவர்களா என நன்கு ஆராய்ந்து பின்பு அவர்களுடன் பழகு.

'எல்லா மனிதரையும் உன் வீட்டுக்கு அழைத்து வராதே; இரண்டகர் பல சூழ்ச்சிகள் செய்வர்.

இறுமாப்புப் படைத்தோர் பறவைகளைப் பொறிக்குள் சிக்க வைக்கப் பயன்படும் கெளதாரி போன்றோர்;

அவர்கள் உளவாளிபோல் உன் வீழ்ச்சியைக் கவனித்துக் கொண்டிருப்பர்.' *(விவிலியம்: சீராக் 11, 29-30)*

'என் நாயகனை அறிய நான் யாரிடம் செல்வேன்?'
கபீர் சொல்கிறான்...
'மரத்தை அறியாதவன் வனத்தை அறியான்
நீ அவனைப் புதிரில் காண முடியாது.'

(கபீர்தாசரின் நூறு கவிதைகள் 88)

52

சையெனத் திரியேல்

பெரியோர் 'சீ' என வெறுக்கும்படி வீணாய்த் திரியாதே.

'உழைக்க மனமில்லாத எவரும் உண்ணலாகாது, என்று நாங்கள் உங்களிடையே இருந்தபோதே உங்களுக்குக் கட்டளை கொடுத்திருந்தோம். உங்களுள் சிலர் எந்த வேலையும் செய்யாமல் சோம்பேறிகளாகச் சுற்றித்திரிந்து, பிறர் வேலையில் தலையிடுவதாகக் கேள்விப்படுகிறோம். இத்தகையோர் ஒழுங்காகத் தங்கள் வேலையைச் செய்து, தாங்கள் உண்ணும் உணவுக்காக உழைக்கவேண்டும் என ஆண்டவர் இயேசு கிறிஸ்துவின் பெயரால் கட்டளையிட்டு அறிவுறுத்துகிறோம்.' (விவிலியம்: 2 தெசலோனிக்கர் 3,10-12)

'அனுகூலம் இல்லாமல் நகராதீர்கள்; இலாபம் இல்லாமல் படையைப் பயன்படுத்தாதீர்கள்; தீவிரமான நிலைமை இல்லா விட்டால் சண்டையிடக்கூடாது.' (ஸூன் ஸூ - போரின் கலை)

'போராடும்போதுதான் மனிதன் பிறக்கிறான்.'
(இலக்கிய படைப்பாளி மாக்சிம் கார்க்கி)

53

சொற் சோர்வு படேல்

பிறருடன் பேசும்பொழுது மறந்தும் குற்றமுண்டாகப் பேசாதே.

'சொலல் வல்லன் சோர்விலன் அஞ்சான் அவனை
இகல் வெல்லல் யார்க்கும் அரிது.' (திருக்குறள் 647)

'நீங்கள் பேசியதை -
நீங்கள் மட்டும் புரிந்துகொண்டால்
நாங்கள் என்ன செய்ய -
அதனை நன்றாய்ப் புரிந்துகொள்ள?
நாங்கள் புரிந்தாலன்றோ -
அதனைப் புரியவைத்தல் ஆகும்.' (உருதுக் கவிஞர் காலிப்)

'இனத்தைச் செய்தது மொழிதான் - இனத்தின்
மனத்தைச் செய்தது மொழிதான் - மனத்தை
மொழிப்பற்றின்றி பிரிப்பது முயற்கொம்பே!'

(பாரதிதாசன்)

(அண்ணாதுரை - 1909 1969)

54

சோம்பித் திரியேல்

முயற்சியின்றி சோம்பேறியாகத் திரியாதே.

'சோம்பேறிகளே, எறும்பைப் பாருங்கள்; அதன் செயல்களைக் கவனித்து ஞானமுள்ளவராகுங்கள். அதற்குத் தலைவனுமில்லை, கண்காணியுமில்லை; அதிகாரியுமில்லை. எனினும், அது கோடையில் உணவைச் சேர்த்துவைக்கும்; அறுவடை காலத்தில் தானியத்தைச் சேகரிக்கும். (நீதி மொழிகள் 6, 6-7)

'ருசித்த உணவு, காமம் புசித்த உடல்,
வேட்கையின் வெளி, இயக்கமற்ற சோம்பல்,
இவை மிகுந்த வாழ்வு
பெரும்புயலில் விசிறியடிக்கப்பட்ட வேரற்ற மரம்.'
(தம்ம பதம் 7)

'நடந்துதான் ஒரு பாதை உருவாகிறது.' (ஆப்பிரிக்க பழமொழி)

'திரும்பத் திரும்பச் சொல்லப்படாத பாடம்
விரைவில் மறக்கப்படும்
கவனிக்கப்படாத வீடும் அழியும்
சோம்பல் அழகின் தடை
விழிப்பற்று இருப்பது காவலுக்குப் பகை.'

(தம்ம பதம் 241)

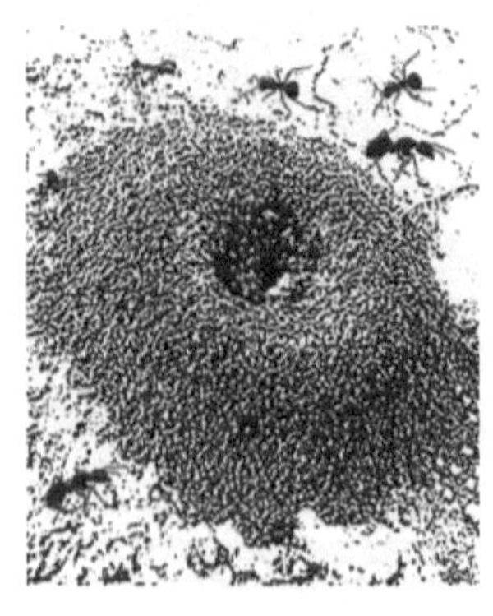

தக்கோன் எனத்திரி

பெரியோர்கள் உன்னைத் தக்கவன் (நல்லவன்) என்று புகழும்படி நடந்துக்கொள்.

'எண்ணமே செயலின் தொடக்கம். திட்டமிடல் எல்லாச் செயலாக்கத்திற்கும் முன் செல்லுகிறது. மன மாற்றத்தின் அடையாளம் நான்கு வகைகளில் வெளிப்படும்: அவை, நன்மை, தீமை, வாழ்வு, சாவு. இவற்றை இடைவிடாது ஆண்டு நடத்துவது நாவே... ஞானி புகழால் நிரப்பப்படுவார்; அவரைக் காண்போர் அனைவரும் அவரைப் பேறு பெற்றோர் என அழைப்பர்.' (*சீராக் 37, 16-18, 24*)

'என்னிலும் இன்னல் அடைந்தோர் கண்டு;
நம்பிக்கையுற்றேன். இன்னலும் நியாயம் என்றே அவரால்
அறிந்திடப் பெற்றேன்.' (உருதுக் கவிஞர் காலிப்பின் விதைகள்.)

'வானகம் நீடித்திருக்கிறது, வையகம் நிலைத்திருக்கிறது.
அவை நீடித்திருப்பதும் நிலைத்திருப்பதும்
அவை தமக்காக வாழ்வதில்லை என்பதால்.
எனவே, அவை நீண்ட காலம் வாழ்கின்றன...
அதேபோல, ஞானிக்குத் தன் நலத்தில் அக்கறை
இல்லாததால்தானே அவன் சுயநலம் நிலைநிறுத்தப்படுகிறது?'
(தாவோ தே ஜிங் - லாவோட்சு)

(காமராசர் - 1903-1975)

56

தானமது விரும்பு

யாசிப்பவர்களுக்குத் தானம் செய்.

'ஏழைக்கு இரங்கி உதவி செய்கிறவர் ஆண்டவருக்குக் கடன் கொடுக்கிறார்; அவர் கொடுத்ததை ஆண்டவரே திருப்பித் தந்து விடுவார்.' (நீதிமொழிகள் 19, 17)

'இயேசு காணிக்கைப் பெட்டிக்கு எதிராக அமர்ந்துகொண்டு மக்கள் அதில் செப்புக்காகப் போடுவதை உற்று நோக்கிக்கொண்டிருந்தார். செல்வர் பலர் மிகுதியாகப் போட்டனர். அங்கு வந்த ஓர் ஏழைக் கைம்பெண் ஒரு கொதிராந்துக்கு இணையான இரண்டு காசுகளைப் போட்டார். அப்பொழுது அவர் தம் சீடரை வரவழைத்து, 'இந்த ஏழைக் கைம்பெண் காணிக்கைப் பெட்டியில் காசு போட்ட மற்ற எல்லாரையும்விட மிகுதியாகப் போட்டிருக்கிறார் என உறுதியாக உங்களுக்குச் சொல்லுகிறேன். ஏனெனில், அவர்கள் அனைவரும் தங்களுக்கு இருந்த மிகுதியான செல்வத்திலிருந்து போட்டனர். இவரோ தமக்குப் பற்றாக்குறை இருந்தும் தம்மிடம் இருந்த அனைத்தையுமே, என் தம் பிழைப்புக்காக வைத்திருந்த எல்லா வற்றையுமே போட்டுவிட்டார்' என்று அவர்களிடம் கூறினார்.' (மாற்கு 12, 41-44)

'உண்மையைப் பேசு, கோபத்தை விடு,
கேட்பவருக்குக் குறைவாய் இருப்பினும் கொடு,
இம்மூன்று வழிகளே உயர்ந்தோரிடம் அழைத்துச் செல்வன.'
(தம்ம பதம் 224)

திருமாலுக்கு அடிமை செய்

உன்னைப் பாதுகாக்கும் கடவுளிடம் உன்னை ஒப்படை.

'அன்பும் நட்பும் எங்குளதோ, அங்கே இறைவன் இருக்கின்றான்.'
(புனித அகுஸ்தீனார் பாடல்)

'வானவில்லைப்பார்; அதை உண்டாக்கினவரைப் போற்று; அது
ஒளிரும்போது எழில் மிகுந்ததாய் இருக்கின்றது. தனது மாட்சி
மிகுந்த வில்லால் வானத்தை அது சுற்றி வளைக்கிறது! உன்னத
இறைவனின் கைகளே அதை விரித்து வைத்தன.' (சீராக் 43, 11-12)

'நண்பா விழித்திடு. தூங்கியது போதும்.
இரவு முடிந்து போனது.
பகலை வீணாக்காதே.
விழித்துக்கொண்டோரெல்லாம் பரிசுகள் பெற்றார்.
...
கபீர் சொல்கிறான்...
'அவனது இன்னிசை யாருடைய இதயத்தைத்
துளைக்கிறதோ - அவரே விழித்தெழுந்து அவரை
வரவேற்கின்றனர்'.'

(கபீர்தாசரின் நூறு கவிதைகள் 36)

58

தீவினை அகற்று

தீய செயல்களைச் செய்யாமல் இரு.

'அலகையை எதிர்த்து நில்லுங்கள். அப்பொழுது அது உங்களிடம் இருந்து ஓடிவிடும். கடவுளை அணுகிச் செல்லுங்கள்; அவரும் உங்களை அணுகி வருவார்.' (விவிலியம்: யாக்கோபு 4, 7-8)

'தீச்செயல் செய்யாதிருப்பதே நல்லது
அது துன்பம் தரும்; நன்மை செய்வது நல்லது
அதற்காக ஒருவர் எப்போதும் துன்பமடையார்.'
(தம்மபதம் 314)

'ஞானிகள் வேண்டுமானால் பேராசையினின்று
விடுபட்டவர்களாக இருக்கலாம்,
ஆனால் பொன்னைத் தேடி நிலம் அகழும் முட்டாள்
அவ்வாறிருப்பதில்லை.
அவனுடைய வயல்கள் அக்கம்பக்கத்தினரின்
நிலங்களை ஆக்கிரமிக்கும்:
மூங்கில் தோப்புகளா? 'இவையனைத்தும் எனக்குச்
சொந்தமானவை!' என்பான்...
அங்கே பார்த்தாயா, நகர வாயில்களைக் கடந்து,
தேவதாரு மரங்களின் கீழே எத்தனையெத்தனை
கல்லறை மணல்மேடுகள்!'

(ஹான்ஷான், குளிர்மலை 27)

துன்பத்திற்கு இடம் கொடேல்

முயற்சி செய்யும் பொழுது வரும் உடம்பின்
வருத்தத்திற்கு அஞ்சி அதனை விட்டு விடாதே.

'குழந்தாய், உன் வாழ்நாளில் உன்னையே சோதித்துப்பார்; உனக்கு
எது தீயது எனக் கவனி; அதற்கு இடம் கொடாதே.
எல்லாமே எல்லாருக்கும் நன்மை பயப்பதில்லை; எல்லாரும்
எல்லாவற்றிலும் இன்பம் காண்பதில்லை;
எவ்வகை இன்பத்திலும் எல்லை மீறிச் செல்லாதே; நீ
உண்பவற்றின்மீது மிகுந்த ஆவல் கொள்ளாதே. மிகுதியாக
உண்பதால் நோய் உண்டாகிறது.' (சீராக் 37, 27-30)

'பயணம் செய்யாதவன் மனிதர்களின் மதிப்பை அறியாதவன்.'
(மூரிஸ் பழமொழி)

'விடுதலை வேண்டும் அது முதல் வேலை!
வேறெந்த வேலையும் செய்யலாம் நாளை!
'கொடு' தலை என்றால் கொடுத்திடத் துடிக்கும்!
கொள்கை மறப்படை பகை உயிர்க் குடிக்கும்!'
(பெருஞ்சித்திரனார்)

60

தூக்கி வினை செய்

ஒரு வேலையை முடிப்பதற்கான வழிமுறைகளை
நன்கு ஆராய்ந்து அறிந்து பின்பு அச்செயலைச்
செய்யத் தொடங்கவும்.

'அன்பார்ந்தவர்களே, தூய ஆவியின் தூண்டுதல் தமக்கு இருப்பதாகச் சொல்லிக்கொள்ளும் எல்லாரையுமே நம்பி விடாதீர்கள். அந்தத் தூண்டுதல் கடவுளிடமிருந்து வருகிறதா எனச் சோதித்தறியுங்கள். ஏனெனில், போலி இறைவாக்கினர் பலர் உலகெங்கும் தோன்றியுள்ளனர்.' (விவிலியம்: 1 யோவான் 4, 1)

'அசையாமலிருப்பதைப் பிடித்துக்கொள்வது எளிது; முன்கூட்டியே தெரியாமலிருப்பதைத் திட்டமிடுவது எளிது; உடையக் கூடியதை நொறுக்குவது எளிது; நுண்மையானதைப் பரந்து விழச் செய்வது எளிது; பிரச்னை எழுவதற்கு முன்பு அதைச் சமாளி; வெற்றியின் விளிம்பிலேயே அடிக்கடி சாதாரண மக்கள் தோற்றுப் போகிறார்கள். முடிவையும் தொடக்கம் மாதிரி கவனித்துக்கொள்; அப்போது உனக்கு தோல்வி ஏற்படாது.'

(தாவோ தே ஜிங் - லாவோட்சு)

61

தெய்வம் இகழேல்

கடவுளைப் பழிக்காதே.

'ஆண்டவர் வெறுப்பவை ஆறு. ஏழாவது ஒன்றும் அவரது வெறுப்புக்கு உரியது. அவை இறுமாப்புள்ள பார்வை, பொய்யுரைக்கும் நாவு, குற்றமில்லாரைக் கொல்லும் கை, சதித்திட்டங்களை வகுக்கும் உள்ளம், தீங்கிழைக்க விரைந்தோடும் கால், பொய்யுரைக்கும் போலிச்சான்று, நண்பரிடையே சண்டை மூட்டிவிடும் செயல் என்பவை.' (நிதி மொழிகள் 6, 16-19)

'தண்ணீரில் நீந்தும் மீன் தாகமென்கிறது நான் நகைத்தேன்;
சத்தியம் உன் வீட்டில் உறங்குகிறது.
காடு காடாக அலைகிறாய் அதைத் தேடி
எங்கு வேண்டுமானாலும் செல்
காசிக்கா... மதுராவிற்கா...? செல்
உன்னுள் உள் ஆன்மாவாக' காணாவிடில்
உலகமே உனக்குப் பொய்தானடா.'

(கபீர்தாசரின் நூறு கவிதைகள் 41)

(அப்துல் கலாம் - 1931-2015)

62

தேசத்தோடு ஒட்டி வாழ்

உன் நாட்டில் வசிக்கும் மக்களுடன் பகை இல்லாமல் வாழ்.

'பிறரோடு ஒத்து வாழாதவர் தன்னலத்தை நாடுகின்றனர்; பிறர் கூறும் தக்க அறிவுரையும் அவருக்கு எரிச்சலை உண்டாக்கும்.' (நீதிமொழிகள் 18, 1)

'அவர் என்னை ஏமாற்றினார்,
அவர் என்னைத் துன்புறுத்தினார்
அவர் என்னைத் தோற்கடித்தார்
அவர் என்னைக் கொள்ளையிட்டார்
இந்த நினைவுகள் பகைமைப் பைகள்
தொலைந்து விடட்டுமே அவை.' (தம்ம பதம் 4)

'என் குலம்' என்றுனைத் தன்னிடம் ஒட்டிய
மக்கட் பெருங்கடல் பார்த்து மகிழ்ச்சி கொள்!
அறிவை விரிவு செய்; அகண்டமாக்கு!
விசாலப் பார்வையால் விழுங்கு மக்களை!
அணைந்து கொள்! உன்னைச் சங்கமமாக்கு!
மானிட சமுத்திரம் நானென்று கூவு!'
(பாரதிதாசன் - உலகம் உன்னுடையது)

(இராணி வேலு நாச்சியார் - 1730-1796)

63

தையல் சொல் கேளேல்

மனைவி சொல் கேட்டு ஆராயாமல் நடவாதே.

'உன் காதல் மனையாளைப் பார்த்து பொறாமைப்படாதே! உனக்கே தீங்கு விளைவிக்கும் தீய பழக்கங்களை அவளுக்குச் சொல்லிக் கொடுக்காதே.

ஒரு பெண்ணுக்கு அடிமையாகாதே; இல்லையேல், அவள் உன்னையே அடக்கியாள நேரிடும்.' *(சீராக் 9,1-2)*

'மஞ்சனைய கூந்தல் மடவாரைக் கண்டுருகும்
பஞ்சமல நெஞ்சே பகரக்கேள் - மஞ்சள்
மயங்காணும் இந்தவுடல் மாயவாழ் வெல்லாம்
அயன் காணழி சூத்திரம்.' *(பட்டினத்தார் - ஞானம் நூறு 32)*

'பெண்ணுக்கு பேச்சுரிமை வேண்டாம் என்கின்றீரோ?
மண்ணுக்கும் கேடாய் மதித்தீரே, பெண்ணினத்தை?
பெண்ணடிமை தீருமட்டும் பேசும் திருநாட்டு
பெண்ணடிமை தீர்ந்து வருதல் முயற்கொம்பே.'

(பாரதிதாசன்)

64

தொன்மை மறவேல்

பழமையாகிய நட்பினை மறந்துவிடாதே.

'முதியோரின் உரைகளைப் புறக்கணிக்காதே; அவர்களும் தங்கள் முன்னோரிடம் இருந்தே கற்றுக்கொண்டார்கள்; அவர்களிடம் இருந்து நீயும் அறிவுக் கூர்மை பெறுவாய்; தகுந்த நேரத்தில் தக்க விடை கூற அறிந்துகொள்வாய்.'

'மரபு வழிவந்த ஞானம் (பழமொழிகள்) இன்றி மொழி எல்லாம் தசை இல்லாத ஓர் எலும்புக் கூடுதான், உயிரில்லாத உடம்பு.' (தென் ஆப்பிரிக்கா - சூலு - பழமொழி)

'மரபு நிலைத்து நிற்கும்.' (ஆப்பிரிக்கா - கானா - பழமொழி)

'சிந்திக்கத் தயங்காதீர்கள்;
மூளைச்சோம்பல் அறிவை முடக்கிவிடும்!
திறனாய்வு செய்ய அஞ்சாதீர்; தேசத்தின் தலைவிதி
எங்கள் கையில் உள்ளது! நம் தேசம் தமிழ்த் தேசம்!'

(பெ. மணியரசன்)

65

தோற்பன தொடரேல்

ஒரு செயலைச் செய்தால் தோல்வியில்தான் முடியும்
எனத் தெரிந்தே அதைத் தொடங்காதே.

'உங்களுள் யாராவது ஒருவர் கோபுரம் கட்ட விரும்பினால்,
முதலில் உட்கார்ந்து, அதைக் கட்டி முடிக்க ஆகும் செலவைக்
கணித்து, அதற்கான பொருள் வசதி தம்மிடம் இருக்கிறதா எனப்
பார்க்க மாட்டாரா? இல்லாவிட்டால் அதற்கு அடித்தளமிட்ட பிறகு
அவர் கட்டி முடிக்க இயலாமல் இருப்பதைப் பார்க்கும் யாவரும்
ஏளனமாக, 'இம்மனிதன் கட்டத் தொடங்கினான்; ஆனால் முடிக்க
இயலவில்லை' என்பார்களே!' (லூக்கா 14, 28-30)

'போரை வெல்லும் எந்த அதிகாரியும் போருக்கு முன் மனக்
கணக்குகள் போட்டிருப்பான். தோல்வி அடையும் அதிகாரி
இவ்வாறு யோசித்திருக்க மாட்டான். வெற்றிக்கு அதிக கணக்கு
களும், தோல்விக்குக் குறைந்த கணக்குகளும், சிலவற்றுக்குக்
கணக்கே இல்லாமலும்! ஆக, இந்தக் கணக்குகள்தான் வெற்றி
தோல்வியை நிர்ணயிக்கின்றன. இந்தக் குறியை மனதில் வைத்துக்
கொள்ளுங்கள்.'

(ஸூன் ஸூ - போரின் கலை)

(தீரன் சின்னமலை - 1756-1805)

66

நன்மை கடைப்பிடி

**நல்வினை செய்தலை எவ்வளவு இடையுறு வந்தாலும்
உறுதியாகத் தொடரவும்.**

'பலவண்ண பூக்குவியலிலிருந்து மாலைகள் தொடுக்கலாம் பிறப்பும் மரணமும் கொண்ட மனத்தினைக் கொண்டு பல நற்செயல்கள் புரியலாம்.' (தம்ம பதம் 53)

'இறைப்பற்றில் நீ வளரப் பயிற்சி செய். ஏனென்றால், உடல் பயிற்சி ஓரளவுதான் பயன் தரும். ஆனால், இறைப்பற்று எல்லா வகையிலும் பயன்தரும். இது இம்மையிலும் மறுமையிலும் நாம் வாழ்வு பெறுவோம் என்னும் வாக்குறுதியைக் கொண்டுள்ளது.' (1 திமோத்தேயு 4, 7-8)

'பொறுமையை மேற்கொள்ளுங்கள். அல்லா நன்மை செய்வோரின் கூலியை வீணாக்குவதில்லை.' (குர் ஆன் 11, 115)

'நன்மை என்பது... அல்லாவின் மீதுள்ள அன்பால் உறவினர்களுக்கும், அநாதைகளுக்கும், ஏழைகளுக்கும்... தம் செல்வத்தைச் செலவு செய்வதும்... வாக்குறுதி அளித்தால் அதனை நிறை வேற்றுவதும், கடுமையிலும், சிரமத்திலும், போர் சமயத்திலும் பொறுமை காப்பதுமே ஆகும்.' (குர் ஆன் 2, 177)

(இரட்டைமலை சீனிவாசன் - 1860-1945)

நாடு ஒப்பன செய்

நாட்டில் உள்ள பலரும் ஒப்புக் கொள்ளத்தக்க நல்ல காரியங்களைச் செய்.

'தனக்கு எதிராகத் தானே பிளவுபடும் எந்த அரசும் பாழாய்ப்போகும். அவ்வாறே தனக்கு எதிராகத் தானே பிளவுபடும் எந்த நகரமும் வீடும் நிலைத்து நிற்காது.' (மத்தேயு 12, 25)

'உடல் ஒரே உறுப்பால் ஆனது அல்ல; பல உறுப்புக்களால் ஆனது... உடலில் பிளவு ஏற்படாமல் ஒவ்வொரு உறுப்பும் மற்ற உறுப்புகளின்மீது ஒரேவிதக் கவலைகொள்ள வேண்டுமென்றே இப்படி (இறைவன்) செய்தார். ஓர் உறுப்பு துன்புற்றால் அதனுடன் மற்ற எல்லா உறுப்புகளும் சேர்ந்து துன்புறும். ஓர் உறுப்பு பெருமை பெற்றால் அதனுடன் மற்ற எல்லா உறுப்புகளும் சேர்ந்து மகிழ்ச்சியுறும்.' (1 கொரிந்தியர் 12, 14-26)

'ஊருக் குழைத்திடல் யோகம் - நலம்
ஓங்கிடு மாறு வருந்துதல் யாகம்;
போருக்கு நின்றிடும் போதும் - உளம்
பொங்கல் இல்லாத அமைதி மெய்ஞ் ஞானம்.'

(பாரதியார்)

68

நிலையில் பிரியேல்

உன்னுடைய நல்ல நிலையில் இருந்து
என்றும் தாழ்ந்து விடாதே.

'என் நடத்தை நேர்மையானது; நான் ஆண்டவரை நம்பினேன்; நான்
தடுமாறவில்லை.' (திருப்பாடல் 27, 1)

'நீர் நிறை ஏரி சலனமற்றது. போதனைகள் நிறையும்போது
அளவற்ற அன்புடையவராகிறார் அறிவர்.' (தம்ம பதம் 82)

'மனிதரில் ஒருசிலரே வாழ்வு நதியின் அக்கரையை அடைவர்,
பலரோ இக்கரையிலேயே வாழ்ந்து முடிகின்றனர். (தம்ம பதம் 85)

'கால் விரல் நுனியில் நிற்கிற மனிதன் உறுதியாக நிற்க முடியாது;
காலை அகலமாய் வைத்திருக்கிற மனிதன் நடந்து போக முடியாது;
தன்னைப் பகட்டிக் கொள்கிற மனிதன் பிரகாசிக்க முடியாது;
தன்னை அங்கீகரித்துக் கொள்கிற மனிதன் புகழ்பெற முடியாது;
தன்னைப் பாராட்டிக்கொள்கிற மனிதன் மதிப்பைப் பெற முடியாது;
தனக்குள் பெருமைப்பட்டுக்கொள்கிற மனிதன் விஞ்சி நிற்க
முடியாது.' (தாவோ தே ஜிங் - லாவோட்சு)

(மருது பாண்டியர் - 18 நூற்றாண்டு)

நீர் விளையாடேல்

வெள்ளத்தில் நீந்தி விளையாடாதே.

'பூவுலகே! என் சொல்லை உற்றுக் கேள். பெருமழை பைந்தளிர் மீது பொழிவதுபோல், மென்சாரல் பசும்புல் மீது விழுவதுபோல், என் அறிவுரை மழையெனப் பெய்திடுக! என் சொற்கள் பனியென இறங்கிடுக.' (விவிலியம்: இணைச்சட்டம் 32, 1-2)

'நான் இன்று நேர்மைமிகு சட்டங்களை உங்களுக்குத் தந்துள்ளேன்... கவனமாய் இருங்கள்... உங்கள் வாழ்நாள் முழுமையும் நீங்கள் அவற்றை மறக்கவேண்டாம். உங்கள் பிள்ளைகளுக்கும், பேரப் பிள்ளைகளுக்கும் அவற்றை எடுத்துக் கூறுங்கள்.' (விவிலியம்: இணைச்சட்டம் 4, 8-9)

'மரணத்திற்குப் பயந்து கொண்டிருப்பவன், எதற்கும் எஜமானனாக இருக்க முடியாது. பயப்படாமல் இருப்பவன்தான், எல்லா வற்றிற்கும் எஜமானன் ஆகமுடியும்.'

(டால்ஸ்டாய் - போரும் அமைதியும்)

70

நுண்மை நுகரேல்

நோயைத் தரும் சிற்றுண்டிகளை உண்ணாதே.

'மனிதனின் ஆயுள் நூறு வருடங்களுக்கும் குறைவுதான்.
ஆனால் ஆயிரம் வருடங்களுக்கான இன்னல்களை
அவன் சுமக்க வேண்டியுள்ளது.
உங்கள் நோயிலிருந்து நீங்கள் குணமடைந்ததுமே,
உங்கள் மகன்களும், பேரன்மார்களும் கவனமாக
மேலும் நோய்களை உங்கள் மீது ஏற்றுவர்.
தலை குனிந்து உங்களின் தானியம் வளர்வதைப் பாருங்கள்.
தலையுயர்த்தி உங்களின் மல்பெரி மரங்களை ஆராயுங்கள் -
எடைக்கற்கள் கடலின் ஆழங்களில் புதையும்போதுதான்
நீங்கள் ஓய்வெடுக்க நொடிநேரம் கிட்டும்.'
(ஹான்ஸான், குளிர்மலை 11)

'முட்டை, பட்டாணி, மூளை, முருங்கைக் கீரை, வெங்காயம்,
தட்டைப் பயிறுகள், மொச்சை, சாகர எறாக்கள், நண்டு, கொட்டை,
உருளைக் கிழங்கில் கொடியதோர் வாய்வு காணும். தொட்டுப்
பாராதே! என்றும் சுவைக்காக நோய் பெறாதே!'

(கண்ணதாசன்)

| 78 |

நூல் பல கல்

அறிவை வளர்க்கும் பல நூல்களைப் படி.

'நல்லுரை கேட்பதில் சிந்தனையைச் செலுத்து; அறிவூட்டும் மொழிகளுக்குச் செவிகொடு.' (நீதிமொழிகள் 23,12)

'ஞானப் புத்தகங்கள் நிறைய வாசித்தாலும்
அதைப் பின்பற்றாத விழிப்பற்றவர்
மற்றவர் மாடுகளை எண்ணுபவர்,
பேரின்ப வாழ்வின் பழங்களுக்குப் பங்கில்லாதவர்.
(தம்ம பதம் 19)

'இனிதினிதாய் எழுந்த உயர் எண்ணமெல்லாம்
இலகுவது புலவர்தரு சுவடிச்சாலை;
புனிதமுற்று மக்கள்புது வாழ்வு வேண்டில்
புத்தகசாலை வேண்டும் நாட்டில் யாண்டும்.
தமிழர்க்குத் தமிழ்மொழியிற் சுவடிச்சாலை
சர்வகலா சாலையைப்போல் எங்கும் வேண்டும்.
தமிழிலாப் பிறமொழிநூல் அனைத்தும் நல்ல
தமிழாக்கி வாசிக்கத் தருதல் வேண்டும்.'

(பாராதிதாசன் - புத்தகசாலை)

72

நெற்பயிர் விளைவு செய்

நெற்பயிரை விளையச் செய்வதை
உன் வாழ்க்கைத் தொழிலாகக் கொண்டு வாழ்.

'வரப்புயர நீர் உயரும்
நீர் உயர நெல் உயரும்
நெல் உயரக் குடி உயரும்
குடி உயரக் கோல் உயரும்
கோல் உயரக் கோன் உயரும்.' (ஒளவையார் - புறநானூறு)

'பழந்தமிழ் பண்பறம் கொண்டே - இந்தப்
பாருலகம் உய்ய வேண்டி!
உழவுத் தொழிலை மேற் கொண்டோம்! - மக்கள்
உயிர்கள் எல்லாம் வாழ வேண்டி!
அழகு தரும் மஞ்சள்! இஞ்சி! - செந்நெல்!
ஆற்றல் தரும் தினை! சாமை!...
உழைக்க உரந்தரும் துவரை! வரகும்
உணவுச் சுவைப்பண்டம் யாவும்!...
பிழைக்க வழி செய்வீர்! மக்கள் - அறம்
பிறழாமல் உலகினைக் காப்போம்.'
                (அருள்செல்வன் - அண்ணல்தங்கோ கவிதைகள்)

73

நேர்பட ஒழுகு

ஒழுக்கந் தவறாமல் நேர்வழியில் நட.

'ஒழுக்கங்களில் நிறைவும், நல்லுணர்வும்,
தம்மமும், உண்மையும், கடமையும்
கொண்டவர்களை அனைவரும் நேசிப்பர்.' (தம்ம பதம் 217)

'என் மனத்திற்குப் பிடித்தவை மூன்று: அவை ஆண்டவர் முன்னும் மனிதர் முன்னும் அழகுள்ளவை. அவை, உடன் பிறப்புக் களிடையே காணப்படும் ஒற்றுமை, அடுத்திருப்பாரோடு ஏற்படும் நட்பு, தங்களுக்குள் ஒன்றி வாழும் கணவன் மனைவியர்.' (சீராக் 25, 1-2)

'யாருக்கும், தங்களுக்கு முன்னால் ஒரு சுவர்க்க பூமி இருக்கிறது என்ற நினைப்பு இருந்தால்தான், முன்னேறுவதற்கான பலம் அவர்களுக்கு இருக்க முடியும்.'

(டால்ஸ்டாய் - போரும் அமைதியும்)

நைவினை நணுகேல்

பிறர் வருந்தத் தகுந்த தீவினைகளைச் செய்யாதே.

'சாந்தியால் உலகம் தழைப்பது நன்றா?
சமயபேதம் வளர்த்தே தளர்வது நன்றா?
மாந்தரிற் சாதி வகுப்பது சரியா?
மக்கள் ஒரே குலமாய் வாழ்வது சரியா?
ஆய்ந்து பார் நெஞ்சே அமைதிதான் சிறப்பா?
அண்டை வீட்டைப் பறிக்கும் சண்டைதான் சிறப்பா?
பாழ்படும் பழைமை சூழ்வது திறமா?
பகுத்தறிவால் நலம் வகுப்பது திறமா?
ஆழ்வுறும் ஆத்திகம் வைதிகம் சுகமா?
அகிலமேற் சமதர்மம் அமைப்பது சுகமா?
சூழும் நற்பேதம் தொடர்வது வாழ்வா?
சயமரியாதையால் உயர்வது வாழ்வா?'

(பாரதிதாசன் - ஆய்ந்து பார்)

75

நொய்ய உரையேல்

பயன் இல்லாத அற்ப வார்த்தைகளைப் பேசாதே.

'சலிக்கின்றபோது சல்லடையில் உமி தங்கி விடுகின்றது;
அவ்வாறே, மனிதரின் பேச்சில் மாசு படிந்து விடுகின்றது.
குயவரின் கலன்களை சூளை பரிசோதிக்கின்றது; மனிதரை
உரையாடல் பரிசோதிக்கின்றது.
கனி, மரத்தின் கண்காணிப்பைக் காட்டுகின்றது; சொல், மனிதரின்
உள்ளப் பண்பாட்டைக் காட்டுகின்றது.' (சீராக் 27,4-6)

'வானம் கருமேகங்களுடன்
அதன் உறுமல் குரலை ஊன்றிக் கேள்
மழை கிழக்கிலிருந்து முணுமுணுத்தபடி வருகிறது
உன் வயலில் வேலியைக் கவனி
பெரு வெள்ளம் அவற்றை அடித்துச் செல்லக் கூடும்
மண்ணை உழுது தயார் செய்
அன்புக் கொடிகள் நனையட்டும் மழையில்
புத்திசாலி உழவன் அறுவடை செய்வான்
அவனது குதிர்கள் நிறைந்து வழியும்
ஞானிகளும், அறிஞர்களும் பசியாறுவார்கள்.'
(கபீர்தாசனின் நூறு கவிதைகள் 81)

நோய்க்கிடங் கொடேல்

மிகுந்த உணவு உறக்கம் முதலியவற்றால் நோய்க்கு வழிவகை செய்யாதே.

'தூங்காதவர்க்கு இரவு நீளம்
களைப்புற்றோருக்கு பயணமோ தூரம்
மேனிலையான அறிவினைப் பெறாதவர்க்கு
வாழ்வே பெரும்பாரம்.' (தம்ம பதம் 60)

'கற்றபின் பேசு; நோய் வருமுன் உடல் நலம் பேணு.'
(விவிலியம்: சீராக் 18, 19)

'உடல் நலத்தை விட உயர்ந்த செல்வமில்லை; உள்ள
மகிழ்ச்சியை விட மேலான இன்பமில்லை.' (சீராக் 30, 16)

'உடம்பார் அழியின் உயிரார் அழிவர்
திடம்பட மெய்ஞ்ஞானஞ் சேரவுமாட்டார்
உடம்பை வளர்க்கும் உபாயம் அறிந்தே
உடம்பை வளர்த்தேன் உயிர் வளர்த்தேனே!'

(திருமூலர்)

பழிப்பன பகரேல்

பெரியோர்களால் பழிக்கப்படும் இழிவான சொற்களான
பொய், கடுஞ்சொல் ஆகியவற்றைப் பேசாதே.

'நாவடக்கி அறிவோடு பேசி தியானத்திலிருந்து
சொற்களையும் அவற்றின் பொருள்களையும்
கூறுபவர் உரையில் இனிமையோ இனிமை.' (தம்ம பதம் 363)

'கல்லை மேலே எறிவோர் அதைத் தம் தலை மேலேயே எறிந்து
கொள்கின்றனர்; நம்பிக்கைக் கேடு எனும் அடி காயங்களைப்
புதுப்பிக்கும்.
குழி தோண்டுவோர் அதிலேயே விழுவர்; கண்ணி வைப்போர்
அதிலேயே பிடிபடுவர்.' (சீராக் 27, 25-26)

'எந்த நிலையிலும் ஒழுக்கத்தை முதலிடத்தில் வைக்கவேண்டும்.
ஒழுக்கம் தவறினால் எல்லாம் தவறிப் போகும்.'

(பெ. மணியரசன்)

78

பாம்போடு பழகேல்

பாம்புபோல கொடிய குணம் கொண்டவர்கள் உடன் பழகாதே.

'பொல்லாதவருக்குக் கருணை காட்டுவது முறையல்ல; நேர்மையானவருக்கு நீதி கிடைக்காமல் தடுப்பது நேரியதல்ல.' (நீதிமொழிகள் 18, 5)

'நல்லவர்கள் கூடும் பொழுது நட்பு என்கிறோம். கயவர்கள் கூடும் பொழுது கலவரம் என்கிறோம்.' (மேற்கித்திய பழமொழி)

'சிறு பாம்புக் குட்டிப் போல சீத செறையிருந்தேன்
சீரு கெட்ட வாழ்வுக்குச் சீதைச் சரிக்கொடுத்தேன்
பாம்புக்கு ரெண்டு கண்ணு பகவான் கொடுத்த கண்ணு
பாம்படையும் பள்ளத்திலே - என்னைப் பார்த்திருந்து தள்ளுனீக.'
(ஒப்பாரி)

பிழைபடச் சொல்லேல்

குற்றம் உண்டாகும்படி எதையும் பேசாதே.

'ஒருவர் நாவினால் எதை விதைக்கிறாரோ அதையே உண்பார்; தம் பேச்சின் விளைவையே அவர் துய்த்தாக வேண்டும்.' (நீதிமொழிகள் 18, 20)

'பொய்யுரைப்பவர் துன்பநிலையயடைபவர்
தீமையொன்றைப் புரிந்துவிட்டு
தான் செய்யவில்லை என்பவர், இருவரும் தீயவர்
இருவரும் ஒன்றாய் உழல்வர்
துன்பநிலை அதிகமிருக்கும் இருப்பிடத்தில்.' (தம்ம பதம் 306)

'துன்ப உலகம் என்று புத்தர்பிரானும்
சொன்னதில் பொய்யில்லை ஒரு துளிபோனும்
அன்பினால் செய்யும் மக்கள் தொண்டு
வன்பினை நீக்க வழிசெய்தல் உண்டு.'
(பாரதிதாசன் - துன்ப உலகிலும் தொண்டு)

80

பீடு பெற நில்

பெறுமையை அடையும்படியான நல்ல நிலையிலே நில்.

'நல் வாழ்க்கை சில நாட்களே நீடிக்கும்; நற்பெயர் என்றென்றும் நிலைக்கும்.' (சீராக். 41, 13)

'இம்மைச் செய்தது மறுமைக்கு ஆம்
எனும் அறவிலை வணிகன் ஆஅய் அல்லன்;
பிறரும் சான்றோர் சென்ற நெறி என,
ஆங்குப் பட்டன்று, அவன் கைவன்மையே.'
(புறநானூறு 134)

'ஒருவர் எருசலேமிலிருந்து எரிகோவுக்குப் போகும்போது கள்வர் கையில் அகப்பட்டார்... அவரை அடித்துக் குற்றுயிராக விட்டுப் போனார்கள்... அவ்வழியே பயணம் செய்துகொண்டிருந்த சமாரியர் ஒருவர் அருகில் வந்து அவரைக் கண்டபோது அவர்மீது பரிவு கொண்டார். அவர் அவரை அணுகி, காயங்களில் திராட்சை மதுவும் எண்ணெயும் வார்த்து, அவற்றைக்கட்டி, தாம் பயணம் செய்த விலங்கின் மேல் ஏற்றி, ஒரு சாவடிக்குக் கொண்டுபோய் அவரைக் கவனித்துக் கொண்டார்.' (லூக்கா 10, 30-34)

81

புகழ்ந்தாரைப் போற்றி வாழ்

உன்னையே நம்பியவர்களைக் காப்பாற்றி வாழ்.

'இவ்வாறு பாடுபட்டு உழைத்து நலிவுற்றோர்க்குத் துணைநிற்க வேண்டுமென்று அனைத்திலும் உங்களுக்கு வழி காட்டினேன். அதோடு, 'பெற்றுக்கொள்வதை விடக் கொடுத்தலே பேறுடைமை' என்று ஆண்டவர் இயேசு கூறியதை நினைவு கூறுங்கள் என்றும் கூறினேன்.' (பவுலடியார் கூற்று: திருத்தூதர் பயணம் 20, 35)

'துன்பங்கள் ஏற்படுகிற காலத்தில், அதுவும் அனாவசியமான துன்பங்கள் ஏற்படுகிற காலத்தில் இந்த வாழ்க்கையை விரும்புவதுதான், மற்ற எல்லாவற்றையும் விடக் கடினமானதும் புனிதமானதுமான செயல்கள்.' (டால்ஸ்டாய் - போரும் அமைதியும்.)

'ஏடுகொள்ளாமலும் இசையில் நில்லாமலும்
எழுதாது போன கவிபோல்
இலையில் இடாமலும் இருந்தே உண்ணாமலும்
இடமாறி விழுந்த கறிபோல்
நாடுகொளாத ஜனநாயகத் தலைவர்கள்
நாட்டையே மாற்றினாரே!'

(கண்ணதாசன்)

82

பூமி திருத்தி உண்

விளை நிலத்தை உழுது அதில் பயிர்செய்து உண்.

'கடவுள் தம் உருவில் மானிடரைப் படைத்தார்... அப்பொழுது கடவுள், 'மண்ணுலகெங்கும் உள்ள விதை தரும் செடிகள், பழ மரங்கள், அனைத்தையும் உங்களுக்கு நான் கொடுத்துள்ளேன்; இவை உங்களுக்கு உணவாகட்டும். எல்லா காட்டுவிலங்குகள், வானத்துப் பறவைகள், நிலத்தில் ஊர்வன ஆகிய அனைத்து உயிரினங்களும் பசுமையான செடிகள் அனைத்தையும் நான் உணவாகத் தந்துள்ளேன், என்றார்.' (விவிலியம்: தொடக்க நூல் 1, 29-30)

'விவசாயி என்பவன் ஓர் ஆயுதம் மட்டுமல்ல; விவசாயத்தைப்பற்றி முடிவு செய்ய வேண்டிய நீதிபதியும் அவனே.' (டால்ஸ்டாய் - போரும் அமைதியும்)

'பாடுபடும் உழவருக்குப் பணமும் உண்டு, உணவுமுண்டு
நாடுபெறும் லாபத்திலே பயனும் உண்டு! - எல்லாம்
நமது என்ற எண்ணுகின்ற நினைவும் உண்டு!
நூறு வேலி மிராசு தாரும் நோய்பிடித்த உழவர்மாரும்
சோறுக்கென்றே சண்டை போடும் உலகம் எங்கும் - அந்த
'சோஷலிசம்' கொண்டு வந்தால் உயிர்கள் தங்கும்.'

(கண்ணதாசன்)

83

பெரியாரைத் துணைக்கொள்

அறிவிலே சிறந்த பெரியோர்களை உனக்குத்
துணையாகப் பேணிக்கொள்.

'நீங்கள் தளர்ச்சிக்கு இடம் கொடாமல், நம்பிக்கையாலும்
பொறுமையாலும் இறைவாக்குறுதிகளை உரிமைப்பேறாகப்
பெற்றவர்களைப்போல் வாழுங்கள்.' (எபிரேயர் 6, 12)

'உதவும் நண்பர்கள் சூழ இருப்பது சிறந்தது
இருப்பதைக் கொண்டு சிறப்பது நல்லது
இறக்கும்போது மரியாதைக் கூடுவது உயர்ந்தது
துக்கங்களிலிருந்து விடுதலையாவது மகிழ்வானது.'
(தம்ம பதம் 331)

'நல்லவர்களுடன் கூடி வாழு
அது அவனது வாழுமிடம்
அவரது சிந்தனை, அன்பு, வழிகாட்டல் பெறு
அதன் புகழ் பாடாத இடம் எரிந்து சாம்பலாகும்;
மணமகனின்றித் திருமணம் ஏது?
மனம் கலங்காதே அவன் நினைவில் ஆழ்ந்துபோ
வேறு கடவுளைத் தேடாதே
வேறு எவரை வழிபட்டால் வழி கிடைக்கும்?'
கபீர் சொல்கிறான்... 'வேறெங்கும் நீ உன் நாயகனைக் காணாய்.'

(கபீர்தாசரின் நூறு கவிதைகள் 68)

84

பேதைமை அகற்று

அறியாமையை போக்கு.

'சூப்பின் சுவை கரண்டிக்குத் தெரியாது.
ஞானத்தின் அருமையைப் படித்த முட்டாள் அறியான்.'
(வெல்ஸ் பழமொழி.)

'தேனிலிருந்தும் தேக்கரண்டி தேனின் சுவை அறிவதில்லை,
வாழ்வெல்லாம் மேனறிவுப் பெற்றவரோடு கூடி இருந்தும்
தம்மத்தை அறிவிலி அறிவதில்லை.' (தம்ம பதம் 64)

'மூடர் வளவளவென்று பேச்சை வளர்ப்பார்; என்ன பேசப்
போகின்றார் என்பது எவருக்கும் தெரியாது. அதற்குப் பின் என்ன
நடக்கும் என்பதை எவராலும் சொல்ல முடியாது.' (சிராக் 10, 14)

'கடலின் மீது துணியற்ற அங்கி உடுத்தி
கடலாமை ரோமத்தில் செய்த மூடுகாலணிகளை
பாதங்களில் அணிந்து முயல் கொம்பிலான என் வில்லினை
வளைத்து அறியாமை எனும் சாத்தானைக் கொல்லக் குறி
வைக்கிறேன்.' (ஹான்ஷான் - குளிர்மலை 91)

85

பையலோடு இணங்கேள்

அறிவில்லாத சிறுவனோடு கூடித் திரியாதே.

'மானிடத் தன்மையைக் கண்டு - பலர்
வையத்தை ஆள்வது நாம் கண்டதுண்டு.
மானிடத் தன்மையை நம்பி - அதன்
வண்மையினாற் புவி வாழ்வுகொள் தம்பி!
...
மானிடம் போற்ற மறுக்கும் - ஒரு
மானிடம் தன்னைத்தன் உயிரும் வெறுக்கும்.
மானிடம் என்பது குன்று - தனில்
வாய்ந்த சமத்துவ உச்சியில் நின்று
மானிடருக்கினிதாக - இங்கு
வாய்ந்த பகுத்தறிவாம் விழியாலே
வான்திசை எங்கனும் நீ பார்! - வாழ்வின்
வல்லமை 'மானிடத் தன்மை' என்றே தேர்.'
(பாரதிதாசன் - மானிட சக்தி)

'நம்மால் முடியுமா என்று நீ எண்ணினால் நண்டுகூடச் சிரிக்கும்!
நாளை விடியுமா என்று நீ வாடினால் நாயகன்தான் சிரிப்பான்!
சும்மா இருப்பவன் சோம்பேறி அவனிடம் சொர்க்கத்துக்கென்ன
வேலை? சுடுகின்ற கோடையில் வளைகின்ற ஏழையால்
அமைந்ததே இன்ப சோலை!'

(கண்ணதாசன்)

| 93 |

86

பொருள்தனைப் போற்றி வாழ்

பொருள்களை வீண் செலவு செய்யாமல் பாதுகாத்து வாழ்.

'செய்க பொருளைச் செறுநர் செருக்கு அறுக்கும்
எஃகு அதனிற் கூரியது இல்.' *(திருக்குறள் 759)*

'அறன் ஈனும் இன்பமும் ஈனும் திறன் அறிந்து
தீதின்றி வந்த பொருள்.' *(திருக்குறள் 754)*

'குத்தகைக்காரர் தமக்குக் குறித்த எல்லை
குறித்தபடி உள்ளதுவா என்று கேட்டேன்.
கைத்திறனும் வாய்த்திறனும் கொண்ட பேர்கள்
கண்மூடி மக்களது நிலத்தை யெல்லாம்
கொத்திக்கொண் டேப்பமிட்டு வந்ததாலே
கூலிமக்கள் அதிகரித்தார், என்ன செய்வேன்!
...
ஏழை முதலாளியென்ப தில்லாமற் செய்,
என்றுரைத்தேன்; உலகப்பன் எழுந்து துள்ளி,
ஆழமப்பா உன் வார்த்தை, உண்மையப்பா...
அழகாயும் இருக்குதப்பா, நல்லதப்பா.'
(பாரதிதாசன், உலகப் பண்பாடு)

போர்த்தொழில் புரியேல்

யாருடனும் தேவையில்லாமல் சண்டை போடுவதை
ஒரு வேலையாகச் செய்யாதே.

'உயிர்கள் மாளும் போரில்
இலட்சம் வீரர்களை வென்றவரைவிட
தன் மனதை வென்றவரே மாவீரர்.' (தம்ம பதம் 103)

'அப்போது இயேசு, 'தந்தையே, இவர்களை மன்னியும். ஏனெனில்
தாங்கள் செய்வது என்னவென்று இவர்களுக்குத் தெரியவில்லை,'
என்று சொன்னார்.' (லூக்கா 23, 34)

'உங்களுள் ஒவ்வொருவரும் தம் சகோதரர் சகோதரிகளை மனமார
மன்னிக்கா விட்டால் விண்ணுலகில் இருக்கும் என் தந்தையும்
உங்களை மன்னிக்க மாட்டார்.' (மத்தேயு 18,35)

88

மனம் தடுமாறேல்

எதனாலும் மனக்கலக்கம் அடையாதே.

'மன ஓர்மையில் மகிழ் மனத்தினைக் காத்துக்கொள்
சேற்றில் சிக்கிய யானை
தன்னை வெளியில் இழுப்பதுபோல்
தீய சேற்றிலிருந்து நீயே உன்னை இழுத்துக்கொள்.'
(தம்ம பதம் 327)

'மனம் இலேசான இறகு, விரைவானக் காற்று
மகிழ்ச்சி இருக்குமிடத்தில் நங்கூரமிடும்;
அடக்கப்பட்ட நல்மனமே மகிழ்ச்சியைக் கொண்டு வரும்.'
(தம்ம பதம் 35)

'நிலம் பெயரினும் நின்சொல் பெயரல்.' *(புறநானூறு 3)*

மாற்றானுக்கு இடம் கொடேல்

**பகைவன் உன்னைத் துன்புறுத்தி உன்னை
வெல்வதற்கு இடம் கொடுக்காதே.**

'ஒருகாலும் உன் பகைவரை நம்பாதே; அவர்களின் தீய குணம்
செம்பில் பிடித்த களிம்பு போன்றது. அவர்கள் தங்களையே
தாழ்த்திக் கொண்டாலும், இச்சகம் பேசினாலும், அவர்களைக்
குறித்து விழிப்பாய் இருந்து காத்துக்கொள். கண்ணாடியைத்
துடைப்போர் போன்று அவர்களிடம் நடந்து கொள். அது முழுதும்
கறைபடவில்லை என்பதை நீ அறிந்துகொள்வாய்.' (சீராக் 12,
10-11)

'கெஞ்சுவதில்லை பிறர்பால்! அவர்செய் கேட்டினுக்கும்
அஞ்சுவதில்லை; மொழியையும் நாட்டையும் ஆளாமல்
துஞ்சுவதில்லை; எனவே தமிழர் தோளெழுந்தால்
எஞ்சுவதில்லை உலகில் எவரும் எதிர்நின்றே!'
(பெருஞ்சித்திரனார்)

'இந்த உலகத்தில் மிக மெலியது மிக வலியதை வெல்ல முடியும்.
வலுவின்மையிலும் நெகிழ்விலும் நீருக்கு ஒப்பாக எதையும்
சொல்ல முடியாது; என்றாலும், வலியதையும், கடினத்தையும்
தாக்குவதில் நீருக்கு நிகராக எதுவும் இல்லை. ஏனென்றால், நீருக்கு
மாற்று எதுவுமில்லை.' (தாவோ தே ஜிங் - லாவோட்சு)

௯௦

மிகை படச் சொல்லேல்

சாதாரணமான விடயத்தை மயக்கும் சொற்களால்
பெரிதாகக் கூறாதே.

'நேர்மையாய் நடப்பதிலும், ஞானத்தைப் பெறுவதிலும் வெறிகொண்டவராய் இராதீர். அந்த வெறியால் உம்மையே அழித்துக் கொள்வானேன்?' (விவிலியம்: சபை உரையாளர். 7, 16)

'நாவினால் தடுமாறுவதைவிட நடை பாதையில் தடுமாறி விழுவது மேல்; தீயவர்களின் வீழ்ச்சி திடீரென்று ஏற்படும்.' (விவிலியம்: சீராக் 20,18)

'அதிகம் பேசுகிற மனிதன்
விரைவில் அயர்ந்து போகிறான்.
அவன் தன்னிடம் இருப்பதைத்
தன்னிடமே வைத்துக்கொள்வது நல்லது.'
(தாவோ தே ஜிங் - லாவோட்சு)

'வீர சுதந்திரம் வேண்டி நின்றார் பின்னர்
வேறொன்று கொள்வாரோ? - என்றும்
ஆரமு(து) உண்ணுதற் காசை கொண்டார் கள்ளில்
அறிவைச் செலுத்துவாரா?'   (பாரதியார்)

| 98 |

91

மீதூண் விரும்பேல்

மிகுதியாக உண்ணுதலை விரும்பாதே.

'அளவு மீறி உண்டு குடிப்பதில் களி கூறாதே; அதனால் ஏற்படும் செலவு உன்னை ஏழையாக மாற்றிவிடும்.' (சீராக் 18, 32)

'செல்வம் தேடாதவர், அளவறிந்து உண்பவர்,
அடையாளமற்ற வெற்றிடமான
விடுதலையைக் குறிக்கோளாக்கியவர்
அடையுமிடத்தைக் காணமுடியாது;
காற்றில் காணமுடியா
பறவைகளின் தடங்களைப் போல. (தம்ம பதம் 92)

'வாடிய பயிரைக் கண்டபோதெல்லாம்
வாடினேன் பசியால் இளைத்தே
வீடுதோ றிறந்தும் பசியறா தயர்ந்த
வெற்றரைக் கண்டுளம் பதைத்தேன்
நீடிய பிணியால் வருந்துகின்றோர் என்
நேருறக் கண்டுளந் துடித்தேன்.'

(இராமலிங்க வள்ளலார்)

(சி. ஆ. பெ. விசுவநாதம் - 1899-1994)

முனைமுகத்து நில்லேல்

எப்போதும் யாருடனாவது சண்டையிடுவதற்காகப்
போர் முனையிலே நிற்காதே.

'நிலம்போல் பொறுமை
எரிச்சலூட்டினாலும் சினங்காத்தல்
தெளிந்த ஏரியைப்போல
தூய மனம் உடையோர்க்கு
மறுபிறப்பு என்றொன்றில்லை.'

'அமைதியான மனம், பேச்சு, செயல்,
முற்றும் விடுதலையடைந்த உணர்வு,
பரிபூர்ண சமநிலை உடையோரை
வாழ்வின் மேடு பள்ளங்கள் கவிழ்ப்பதில்லை.'
(தம்ம பதம் 95-96)

'மனிதனுக்குத் துன்பங்கள் இல்லையென்றால், அவன் தன்னுடைய
சக்திக் குறைவையும், தன்னையும் அறிந்துகொள்ள முடியாது.'
(டால்ஸ்டாய் - போரும் அமைதியும்)

மூர்க்கரோடு இணங்கேள்

மூர்க்க குணம் கொண்டவர்கள் உடன் பழகாதே.

'இறுமாப்புக் கொண்டோருடன் மோதாதே; மோதினால் உன் சொற்களைக் கொண்டே உன் மீது குற்றம் சாற்றுவர்.' (விவிலியம்: சீராக் 8, 11)

'பெருஞ்செல்வம் கொண்ட
பாதுகாப்பற்ற வணிகன் ஒருவன்
ஆபத்தான வழிதனில் செல்வதில்லை;
வாழ்தல் விரும்புபவர் நஞ்சை உண்ண மாட்டார்,
தீமையையும் ஒருவர் அப்படியே விலக்க வேண்டும்.'
(தம்ம பதம் 123)

'சட்டத்தின் பாதையில் சென்று, உறுதியான சண்டை நிகழும் தருணம் வரை, எதிரிக்கு இசைந்து இரு. ஆக, முதலில் எதிரி கதவைத் திறப்பதற்கு முன் ஒரு பெண்ணின் வெட்கத்தைப் போலவும், பிறகு, ஓர் ஓடும் முயலைப் போலவும் இருந்தால், உன்னை எதிர்ப்பதற்கு அவனுக்கு நேரமே இருக்காது.'

(ஸூன் ஸூ - போரின் கலை)

94

மெல்லி நல்லாள் தோள் சேர்

பிற மாதரை விரும்பாமல் உன் மனைவியுடன் மட்டும் சேர்ந்து வாழ்.

'திறமை வாய்ந்த மனத்திடமுள்ள மனையாளைக் காண்பது மிக மிக அரிது; அவள் பவளத்தைவிட பெருமதிப்புள்ளவள்.

அவளுடைய கணவன் அவளை மனமார நம்புகிறான்; அவளால் அவனுக்கு நலமும் வளமும் பெருகும்.

அவள் தன் வாழ் நாள் முழுதும் அவனுக்கு நல்லதையே செய்வாள்; ஒரு நாளும் தீங்கு நினையாள்.' (நீதி மொழிகள் 31, 10-12)

'யாயும் ஞாயும் யாரா கியரோ
எந்தையும் நுந்தையும் எம்முறைக் கேளிர்
யானும் நீயும் எவ்வழி அறிதும்
செம்புலப் பெயல் நீர் போல
அன்புடை நெஞ்சம் தாம் கலந்தனவே.'

(குறுந்தொகை 40)

95

மேன்மக்கள் சொல் கேள்

நல்லொழுக்கம் உடைய பெரியோர்
சொல்லைக் கேட்டு நட.

'ஞானிகளைக் கலந்து ஆலோசனை செய். அறிவுக்கூர்மை படைத்தவர்களோடு உரையாடு.' (சீராக் 9,14-15)

'ஆண்டவர் கூறுவது இதுவே; சாலைச் சந்திப்பில் நின்று நோக்குங்கள்; தொன்மையான பாதைகள் எவை? நல்ல வழி எது? என்று கேளுங்கள்; அதில் செல்லுங்கள். அப்போது உங்களுக்கு அமைதி கிடைக்கும்.' (எரேமியா 6,16)

'சந்தன மணம், நறுமணப்புகை, தாமரை வாசம்,
மல்லிகை மணம், அனைத்தையும் விஞ்சும்
நல்மன அறிஞரின் புகழ்வாசம்.' (தம்ம பதம் 55)

'இடுக்கமான வாயிலின் வழியே நுழையுங்கள்! ஏனெனில் அழிவுக்குச் செல்லும் வாயில் அகன்றது; வழியும் விரிவானது; அதன் வழியே செல்வோர் பலர். வாழ்வுக்குச் செல்லும் வாயில் மிகவும் இடுக்கமானது; வழியும் மிகக் குறுகலானது; இதைக் கண்டுபிடிப்போர் சிலரே.' (விவிலியம்: லூக்கா 13, 24)

(சேவியர் தனிநாயகம் அடிகள் - 1913-1980)

மைவிழியார் மனை அகல்

விலைமாந்தர் உடன் உறவு கொள்ளாமல் விலகி நில்.

'விலை மாதரிடம் உன் உள்ளத்தைப் பறிகொடாதே: நீ தடுமாறி அவளால் தண்டனைக்கு ஆளாவாய்.' (சீராக் 9,6)

'எழில் ஏமாற்றும், அழகு அற்றுப்போகும்; ஆண்டவரிடம் அச்சம் கொண்டுள்ள பெண்ணே புகழத்தக்கவள்.' (நீதிமொழிகள் 31, 30)

'ஓ பிக்கு! தியானம் செய்; கவனத்தோடு இரு;
புலனின்பங்களை நோக்கி ஓடாதிரு;
சூடான ஈயக்குண்டுகளை விழுங்காதே
பிறகு துயரம் என்று பதறாதே.' (தம்ம பதம். 371)

'ஆண்மோகித்துப் பெண்ணைப் பிடித்தால்
அது இன்னொருவன் உடைமையென்று புரியும்!
பெண்மோகித்து ஆணைப் பிடித்தால்
பதில் எதுவென்று புரியும்?
இந்த இரண்டையும் களைந்து தானாக மகிழத்தெரிந்தால்
பரிபூரணமென்பேன், நாஸ்தி நாதா!'
(வீர சைவ வசன கவிதைகள் 63)

மொழிவது அற மொழி

சொல்லப் படும் பொருளை சந்தேகம் நீங்கும் படிச் சொல்.

'சொற்களை எடை போடவேண்டும்; எண்ணிப்பார்க்க அல்ல.'
(யிடிஸ் பழமொழி)

'நிலாவே நிலாவே! நிற்பாய் நிலாவே!
நாங்கள் உன்னை நாயம் கேட்போம்.
கூற வேண்டும் குளிர்ந்த நிலாவே.
மூன்றாம் பிறையாய்த் தோன்றுங் காலை
என் கூட்டத்தார் உன்னைத் தொழுவார்;
ஆதலாலே, அழகு நிலாவே!
துருக்கருக்குச் சொந்தப் பொருள் நீ!
        கன்னி மரியாள் உன்மேல் நிற்பாள்;
        ஆதலாலே அழகு நிலாவே!
        கத்தோலிக்கர் சொத்து நீதான்!
எங்கள் சிவனார் முடியில் இருப்பாய்;
ஆதலாலே அழகு நிலாவே!
இந்து மதத்தார் சொந்தப் பொருள் நீ!
மூன்று பேரும் மொழியக் கேட்டாய்
யார்க்குச் சொந்தப் பொருள் நீ!?'

(பாரதிதாசன்)

மோகத்தை முனி

நிலையில்லாத பொருள்களின் மேலுள்ள ஆசையை வெறுத்திடு.

'அன்புக்குரியவர்களே, நீங்கள் அன்னியரும் தற்காலக் குடிகளுமாய் இருப்பதால், ஆன்மாவை எதிர்த்துப் போர்புரியும் ஊனியல்பின் இச்சைகளை விட்டுவிடும்படி உங்களை வேண்டிக்கொள்கிறேன்.' (1 பேதுரு 2, 11)

'கடவுளே உங்களுக்கு வாழ்வு அளிப்பவர். அவர் தோன்றும் பொழுது நீங்களும் அவரோடு மாட்சி பொருந்தியவராய் தோன்றுவீர்கள். ஆகவே, உலகப் போக்கிலான உங்கள் இயல்புக்குரிய பரத்தைமை, ஒழுக்கக்கேடு, கட்டுக்கடங்காத பாலுணர்வு, தீய நாட்டம், சிலைவழிபாடான பேராசை ஆகியவற்றை ஒழித்து விடுங்கள்.' (கொலோசையர், 3, 4-5)

'பெண்கள் மீதான ஆசை சிறிதளவாய் இருப்பினும்
அதை நீக்கல் வேண்டும்
பால்குடிகன்று பசுவிடம் வளர்வதைப்போல
அது வளர்ந்து விடும்.' (தம்ம பதம் 284)

99

வல்லமை பேசேல்

உன்னுடைய சாமர்த்தியத்தை நீயே புகழ்ந்து பேசாதே.

'வாய்பேசி அடைவதை விட
வாய்மூடி அடைவதே மேல்!
வாயால் தீராச் சிக்கல்கள்
மௌனத்தால் தீர்வதறியீரோ?' (உருதுக் கவிஞர் காலிப்)

'சிலர் தங்கள் ஒழுக்கம் குறித்து எப்பொழுதும்
தம்பட்டம் அடித்துக் கொள்வர்:
'கன்பூசியஸோ செள பிரபுவோ எனது திறமைகளுக்கு
ஈடாக மாட்டார்கள்' என்பர்.
அவர்களின் தலைகளைப் பாருங்கள், பிடி வாதத்துடன்
பாறைபோல் இறுகிப்போயுள்ளது!...
திருவாளர் யுடங்கின் நாரை போல் அவர்கள்
அங்கேயே நிற்பதைப் பாருங்கள்,
மண்ணாங்கட்டிகள் போல் மந்தமாய்ப் பிறந்து
விட்டார்களே என வருந்தத்தான் தோன்றுகிறது!'

(ஹான்ஷான், குளிர்மலை 13)

| 107 |

100

வாதுமுற் கூறேல்

பெரியோர்கள் இடத்தில் முரண் பட்டு வாதிடாதே.

'நம்முடைய வசனங்களில் குறை காண்பதற்காக வீண் விவாதங் களில் மூழ்குவோரைக் கண்டால் அவர்கள் வேறு பேச்சில் ஈடுபடும்வரை அவர்களை விட்டு நீர் விலகி விடும்.' (குர்ஆன் 6, 68)

'அமைதியாய் அசையும் நீர் ஆழமாகப் பாயும்.' (இலத்தீன் பழமொழி.)

'சாதியிலே மதங்களிலே சமயநெறிகளிலே
சாத்திரச் சந்தடிகளிலே கோத்திரச்
சண்டையிலே ஆதியிலே அபிமானித்து
அலைகின்ற உலகீர் அலைந்தலைந்து
வீணே நீர் அழிதல் அழகலவே!'

(வள்ளலார்-திருவருட்பா)

101

வித்தை விரும்பு

கல்வியாகிய நற்பொருளை விரும்பு.

'வெள்ளியையிட மேலாக என் அறிவுரையை ஏற்றுக் கொள்ளுங்கள்; பசும்பொன்னைவிட மேலாக அறிவை விரும்புங்கள். பவளத்திலும் ஞானமே சிறந்தது; நீங்கள் விரும்புவது எதுவும் அதற்கு நிகராகாது.' (நீதிமொழிகள் 8, 10-11)

'குஞ்சி அழகுங் கொடுந்தானைக் கோட்டழகும்
மஞ்சள் அழகும் அழகல்ல - நெஞ்சத்து
நல்லம்யாம் என்னும் நடுவு நிலைமையால்
கல்வி அழகே அழகு.' (நாலடியார் 131)

'புத்தகங்களைப் படிப்பதால் உங்களால் மரணத்தில் இருந்து தப்பித்துவிட முடியாது. புத்தகங்களைப் படிப்பதால் உங்களால் வறுமையில் இருந்து தப்பிவிட முடியாது. பின் எதற்காக மக்கள் கல்வியறிவு பெற விரும்புகின்றனர்? ஏனெனில், மற்றவர்களை விடவும் முன்னோக்கி இருக்கவே! எழுத்துருக்களை வாசிக்க முடியாத ஓர் இளைஞனால் இன்றைய உலகோடு ஒத்துப்போக முடியாது. உங்களுடைய மருந்தைப் பூண்டுச்சாறோடு சேர்ந்து உண்டு பாருங்கள்; வெகு விரைவிலேயே மருந்தின் கசப்புச் சுவையை மறந்து விடுவீர்கள்.' (ஹான்ஷான், குளிர்மலை 56)

(வீரமாமுனிவர் - 1680-1747)

102

வீடு பெற நில்

மீட்புப் பெறுவதற்கான நல்வழியிலே வாழ்க்கையை நடத்து.

'அமைதிக்கு வழிவகுப்பவற்றை நாடுவோமாக! ஒருவர் மற்றவருக்கு வளர்ச்சி தருபவற்றைச் செய்ய முயலுவோமாக.' (உரோமையர் 14, 19)

'இயலுமானால், உங்களால் முடிந்தவரை எல்லாரோடும் அமைதியுடன் வாழுங்கள்.' (உரோமையர் 12, 18)

'அமைதி ஏற்படுத்துவோர் பேறு பெற்றோர்; ஏனெனில் அவர்கள் கடவுளின் மக்கள் என அழைக்கப்படுவர்.' (மத்தேயு 5, 9)

'வேதாகமங்கள் என்று வீண்வாதம் ஆடுகின்றீர்
வேதாகமத்தின் விளைவறியீர் - சூதாகச்
சொன்னவலால் உண்மை வெளிதோன்ற உரைக்கவில்லை
என்ன பயனோ இவை?'

(வள்ளலார் இராமலிங்கர்)

103

உத்தமனாய் இரு

உயர்ந்த குணங்கள் கொண்டவனாய் வாழு.

'உங்கள் விண்ணகத் தந்தை நிறைவுள்ளவராய் (உத்தமராய்) இருப்பதுபோல நீங்களும் நிறைவுள்ளவராக இருங்கள்.' (மத்தேயு 5, 48).

'நீண்ட காலம் வாழ முடியாவிட்டால், ஆழமாக வாழ்.' (இத்தாலிய பழமொழி)

'மனிதன்! அரிய செயலும் அவனுக்கு எளிதாகும்!
மனிதனாக விளங்குதல்...
அதுதான் அவனுக்கு அரிய செயலாகும்!'
(உருதுக் கவிஞர் காலிப்)

'சிறியதைப் பெரியதாகக் கருது; சொற்பத்தை ஏராளம் என்று நினை.
எளிதாக இருக்கும்போது கடினமானதைச் சமாளி;
சிறியதாக இருக்கும்போது பெரியதைச் சமாளி. ஆயிரம் மைல் பயணம் காலடி நிலத்திலிருந்து தொடங்குகிறது. எனவே, பெரிய விடயங்களை ஞானி ஒருபோதும் செய்ய முயல்வதில்லை; அதனால், பெரிய விடயங்களை அவன் எப்போதும் சாதிக்க முடிகிறது.' (தாவோ தே ஜிங் - லாவோட்சு)

(நல்ல சமாரித்தன் உவமை: விவிலியம்)

104

ஊருடன் கூடி வாழ்

ஊராருடன் நன்மை தீமைகளில் கலந்து வாழ்.

'உலகத்தை முன்னேற்றத் தொடங்கு முன்பு மூன்றுமுறை உன் வீட்டைச் சுற்றிப்பார். (சீன பழமொழி)

'நீ வேகமாகப் போக வேண்டுமானால் தனியாகச் செல்; நெடுந்தூரம் செல்ல விரும்பினால் சேர்ந்து செல்.' (ஆப்பிரிக்கப் பழமொழி)

'ஒரு குழந்தையை வளர்ப்பதற்கு ஓர் ஊர் முழுதும் தேவைப்படும்.' (ஆப்பிரிக்க பழமொழி)

'தூக்க முடியாத கல்லை முத்தமிட வேண்டும்.' (அரபு பழமொழி)

'நமக்கென்ன என்றிராதே
நம்மில் ஒருவன் நைகையில்
நறுக்குவாய் பகைவர் தீங்கு செய்கையில்.'

(பாரதிதாசன்)

105

வெட்டெனப் பேசேல்

யாருடனும் கத்தி வெட்டுப் போலக் கடினமாகப் பேசாதே.

'இன் சொற்கள் தேன்கூடு போன்றவை; மனத்திற்கு இனிமை யானவை, உடலுக்கு நலம் தருபவை.' (நீதி மொழிகள் 16, 24).

'யாரிடமும் வேண்டாம் கடினவார்த்தைகள்
அவை எதிர்க்கப்படும்
கெடுநோக்குடை பேச்சு
துக்க மூலம் பழிவாங்கப்படுவீர்.' (தம்ம பதம் 133)

'பலாத்காரத்தைப் பயன்படுத்துகிறவன் பகுத்தறிவுக்குப் பயப்படுகிறான்.' (கென்யா பழமொழி)

'சுடுகாட் டெலும்புகளைச் சோதித்துப் பார்த்ததிலே
வடநாட் டெலும்பென்று வந்த எலும்பில்லையடி!
எந்நாட்டெ லும்பென்றும் எழுதி வைக்க வில்லையடி!
ஒரு நாட்டு மக்களுக்குள் ஓராயிரம் பிரிவை
எரியூட்ட வில்லையெனில் எந்நாளும் துன்பமடி!'

(கண்ணதாசன்)

வேண்டி வினை செயேல்

வேண்டுமென்றே தீய செயல்களைச் செய்யாதே.

'(சதுரங்க) விளையாட்டு முடிந்ததும் அரசனும் சேவகனும் ஒரே பெட்டிக்குள்தான் வைக்கப்படும்.' (இத்தாலிய பழமொழி)

'உனக்குச் செய்த தீயசெயல்களை மணலில் எழுதிவை; உனக்கு நேரிட்ட நல்ல செயல்களைப் பளிங்குக் கல்லில் எழுதிவை.' (அரபு பழமொழி)

'எல்லாரும் இன்புற்றிருக்க நினைப்பதுவே யல்லாமல் வேறொன் றறியேன் பராபரமே.'

(தாயுமானவர்)

வைகறைத் துயில் எழு

நாள்தோறும் சூரியன் உதிக்கும் முன்பே
தூக்கத்தில் இருந்து எழுந்திரு.

'நேரத்தோடு தூங்கச்சென்று நேரத்தோடு எழுபவன் சுகமாகவும், செல்வந்தனாகவும், அறிவாளியாகவும் இருப்பான்.' (ஆங்கிலப் பழமொழி)

'அதிகாலையில் இறைவனிடம் பாதுகாவல் தேடுகிறேன். அவன் படைத்தவற்றின் தீங்கிலிருந்தும் இருள் படர்ந்துவிடும்போது ஏற்படும் தீங்கிலிருந்தும்... பொறாமைக்காரன் பொறாமை கொள்ளும்போது ஏற்படும் தீங்கிலிருந்தும் (நான் பாதுகாப்புத் தேடுகிறேன்).' (குர் ஆன் 113, 1-5)

'ஒருவன் சோம்பேறியாய் இருந்துகொண்டு, அதே சமயத்தில் தனது கடமையையும் நிறைவேற்றுபவனாக இருக்கக்கூடிய ஒரு நிலைமையை மனிதன் கண்டுபிடிக்கக் கூடுமானால், ஆதிமனிதனின் மகிழ்ச்சிக்குக் காரணமான 'ஒன்றை' அவன் கண்டு பிடித்ததாக ஏற்படும்.' (டால்ஸ்டாய் - போரும் அமைதியும்)

108

ஒன்னாரைத் தேறேல்

பகைவர்களை நம்பாதே.

'ஒரு மெழுகுவர்த்தியை வாங்குவதற்குச் சூரியனை விற்காதே.'
(யூதப் பழமொழி)

'வெப்பநிலை எல்லாம் மாறிக்கொண்டேதான் இருக்கும்.'
(நார்வேயின் பழமொழி)

'மிக அழகான அத்திப்பழம் ஒரு பூச்சியை உள்ளடக்கி இருக்கும்.'
(பழமொழி)

'திறமையான சூழ்ச்சிக்காரன் 'ஷீயைஜான்' என்ற பாம்பைப் போன்றவன். இந்தப் பாம்பு 'சுங்' மலையில் இருக்கும். தலையில் அடித்தால், வாலால் தாக்கும்; வாலை அடித்தால், தலையால் தாக்கும்; நடுவில் அடித்தால், தலை, வால் இரண்டாலேயும் தாக்கும்.' (ஸஉன் ஸஉ - போரின் கலை)

(பசும்பொன் முத்துராமலிங்கம் - 1908-1963)

109

ஓரம் சொல்லேல்

எந்த வழக்கிலும் ஒருபுடைச் சார்பாகப் பேசாமல்
நடுநிலையுடன் பேசு.

'விருப்பு வெறுப்பின்றித் தீர்ப்பிடுங்கள்; உயர்ந்தோனுக்கும்
தாழ்ந்தோனுக்கும் ஒன்றுபோல் செவி கொடுங்கள்; எந்த
மனிதனுக்கும் அஞ்சவேண்டாம். ஏனெனில், நீதித்தீர்ப்பு
கடவுளுக்கே உரியது.' (விவிலியம்: இணைச்சட்டம் 1, 17)

'ஏனெனில் கடவுள் ஆள் பார்த்துச் செயல்படுவதில்லை.'
(விவிவியம்: உரோமையர் 2,11)

'சாவுக்குப் பயப்படுபவன் வாழ்க்கையை அனுபவிக்க முடியாது.'
(இஸ்பானிய பழமொழி)

'வாழ்வதிலும் நலம் சூழ்வதிலும் புவி
மக்களெல்லாம் ஒப்புடையார்
ஏழ்மையில் மக்களைத் தள்ளுவதோ? - இதை
இன்பமெனச் சிலர் கொள்ளுவதோ?
கூழுக்குப் பற்பலர் வாடவும் சிற்சிலர்
கொள்ளை யடிப்பதும் நீதியோ? - புவி
வாழ்வதுதான் எந்தத் தேதியோ?'

(பாரதிதாசன் - சாய்ந்த தராசு)

மேற்கோள் காட்டிய நூல்கள்

திரு விவிலியம்

திரு குர்ஆன்

தம்ம பதம் - புத்தர் - தமிழில்: யாழன் ஆதி.

ஜலாலுதீன் ரூமி - தாகங்கொண்ட மீனொன்று.
தமிழில்: என். சத்தியமூர்த்தி, 2016.

கபீர் சொல்கிறான்... தமிழில்: வெ. ஜீவானந்தம், 2019

உருதுக்கவிஞர் காலிப்பின் கவிதைகள்.
தமிழில்: தி.ரா. சீனிவாசரங்கன், 1990

பாரதிதாசன் கவிதைகள் - கவிதா வெளியீடு, 2008

கண்ணதாசன் கவிதைகள், 2012

தொ. பரமசிவன் - மஞ்சள் மகிமை. 2019

ஹான்ஷான் - குளிர்மலை. தமிழில்: சசிகலா பாபு. 2020

வெட்டவெளி வார்த்தைகள். (கன்னட வீர சைவ வசன
கவிதைகள்). தமிழில்: சுகுமாரன், தமிழ்ச்செல்வி. 2001

ஸுன் ஸூ - போரின் கலைகள்
தமிழில்: ஜெயந்தி ரமேஷ். 2019

தாவோ தே ஜிங் - லாவோட்சு. தமிழில்: சி. மணி. 2002

ஷார்ல் போத்லெர் - தீமையின் மலர்கள்
தமிழில்: குமரன் வளவன், 2012

டால்ஸ்டாய் பொன்மொழிகள் ('போரும் அமைதியும்')
தமிழில்: எம். ஏ. பழனியப்பன். 2004

காஃப்காவின் நுண்மொழிகள்
தமிழில்: கே. கணேஷ்ராம். 2020

ஆனந்த் அமலதாஸ்

சமஸ்கிருதத் துறையில் முனைவர் பட்டம் பெற்றவர். சுமார் முப்பது ஆண்டுகளாக வியன்னா பல்கலைகழகத்தில் ஆசிரியராக செர்மன் மொழியில் பாடம் சொல்லிக்கொடுத்தவர். அபிராமி அந்தாதி, கந்தர் அனுபூதி, சித்தர் பாடல் திரட்டு, திருமந்திரத்தில் நடனம் பற்றிய பாடல்கள் (ஒன்பதாம் அதிகாரம்), நம்மாழ்வாரின் திருவாய் மொழியிலிருந்து 100 பாடல்கள் உள்ளிட்ட நூல்களைச் செர்மனில் மொழிபெயர்த்து வெளியிட்டுள்ளார்.

நூற்றுக்கு மேல்பட்ட கட்டுரைகள் ஆங்கிலத்திலும், தமிழிலும், செர்மனிலும், பிரெஞ்சு, இத்தாலிய மொழிகளிலும் வெளியிட்டுள்ளார். தமிழியல், அழகியல், பண்பாட்டுப் பரிமாறல் போன்ற துறையில் தொடர்ந்து ஆய்வு செய்துவருகிறார்.